No. 1 சேல்ஸ்மேன்

விற்பனையாளர்களுக்கு ஒரு தங்கச் சுரங்கம்

AF756319

சோம. வள்ளியப்பன்

பங்குச்சந்தை வர்த்தகம், சுயமுன்னேற்றம், நிர்வாக வியல், மனித வள மேம்பாடு உள்ளிட்ட துறைகளில் பல புகழ்பெற்ற நூல்களை எழுதியவர் சோம. வள்ளியப்பன். துறை சார்ந்த செழிப்பான அனுபவமும் நிபுணத்துவமும் கொண்டிருக்கும் இவர் தொலைக்காட்சி மற்றும் பத்திரிகைத்துறை ஊடகங்களில் தொடர்ந்து இயங்கிவருகிறார்.

பங்குச்சந்தை பற்றிய இவருடைய அள்ள அள்ளப் பணம் நூல்கள்(வரிசை 1-5),வெளிவந்த காலம் தொட்டு இன்றுவரை தொடர்ந்து விற்பனையில் சாதனை படைத்துவருகின்றன.

ஆசிரியரின் பிற நூல்கள்

பங்குச்சந்தை

1. அள்ள அள்ளப் பணம் 1 - *பங்குச்சந்தை: அடிப்படைகள்*
2. அள்ள அள்ளப் பணம் 2 - *பங்குச்சந்தை: அனாலிசிஸ்*
3. அள்ள அள்ளப் பணம் 3 - *பங்குச்சந்தை: ஃபியூச்சர்ஸ் அண்ட் ஆப்ஷன்ஸ்*
4. அள்ள அள்ளப் பணம் 4 - *பங்குச்சந்தை:* போர்ட்ஃபோலியோ முதலீடுகள்
5. அள்ள அள்ளப் பணம் 5 - *பங்குச்சந்தை:* டிரேடிங்

வியாபாரம்

1. *நம்பர் 1 சேல்ஸ்மேன்* (சிறந்த விற்பனையாளர் ஆவது எப்படி?)
2. *பணமே ஓடி வா!*
3. *பணம் - சந்தேகங்கள், விளக்கங்கள்* (FAQs)

நிர்வாகம்

1. *ஆளப்பிறந்தவர் நீங்கள்* (தலைமைப் பண்புகள்)
2. *காலம் உங்கள் காலடியில்* (நேர நிர்வாகம்)
3. *யார் நீ?* (பர்சனாலிட்டி)
4. *உலகம் உன் வசம்* (கம்யூனிகேஷன்)
5. *உறுதி மட்டுமே வேண்டும்* (கமிட்மெண்ட்)
6. *உறவுகள் மேம்பட* (Secrets of Managing People)
7. *சிறந்த நிர்வாகி ஆவது எப்படி?*
8. *தங்கத் துகள்கள்* (காலம் உங்கள் காலடியில் - 2)

சுயமுன்னேற்றம்

1. *இட்லியாக இருங்கள்* (எமோஷனல் இண்டலிஜென்ஸ்)
2. *டீன் தரிகிட* (பதின் பருவத்தினருக்கு)
3. *அதிகாரம் அல்ல, அன்பு* (சுயமுன்னேற்றக் கட்டுரைகள்)
4. *மன அழுத்தம் விரட்டலாமா* (மாணவர்களுக்கு -யுனெஸ்கோவுக்காக)
5. *உஷார் உள்ளே பார்* (மனமும் சக்தியும்)
6. *ஆல் தி பெஸ்ட்!* (நேர்முகங்களில் வெற்றி பெறுவது எப்படி?)
7. *தள்ளு* (மோட்டிவேஷன்)
8. *சின்னத் தூண்டில் பெரிய மீன்*
9. *சிறு துளி பெரும் பணம்*
10. *சொல்லாததையும் செய்!*
11. *எல்லோரும் வல்லவரே*

உறவுகள்

1. *காதலில் இருந்து திருமணம் வரை*
2. *அப்பா மகன்* - நெருக்கமும் நெருடல்களும்

No. 1 சேல்ஸ்மேன்

சோம. வள்ளியப்பன்

கிழக்கு

No. 1 சேல்ஸ்மேன்
No. 1 Salesman
Soma. Valliappan ©

First Edition: June 2009
176 Pages

ISBN: 978-81-8493-165-5
Title No: Kizhakku 396

Kizhakku Pathippagam
177/103, First Floor,
Ambal's Building, Lloyds Road
Royapettah, Chennai 600 014.
Ph: +91-44-4200-9603

Email : support@nhm.in
Website : www.nhm.in

Author's Email : baluvalliappan1@yahoo.co.in

Kizhakku Pathippagam is an imprint of New Horizon Media Private Limited

அன்புடன்

பி.இசக்கிராஜன், சோமசுந்தரம், லூகி பி. சீனுவாசன், கே.சி.சந்திரசேகரன், ஆர். பழனிசாமி, ஏ. ஜெயசந்தர், கே.என்.அலாவுதீன், ஆர். மதியழகன், எஸ். மகேஸ்வரன், பி.அசோக், வி. சத்தீஷ், எஸ். ராஜசேகர், ரகோத்தமன், ஜாஹிர்உசேன், விஜயஜயராகவன், சஞ்சீவி, ஷேசாத்ரி, யோகேஷ், பி. தவே, ஜெயசந்திரன், அக்னி, மணிராஜ், பார்த்திபன், ஏசய்யா, ஜி. அறிவழகன், ஆர்.ஜி. மணவாளன், குமார், கார்த்திகேயன், ஸ்டீபன், வி. பத்மநாபன், ஜி.கருப்பசாமி, ராஜேஷ், சீனுவாசன், ஆனந்த், தெய்வானை ராமசாமி, ஜெ. பிரபு, எம். நாகராஜன், வி. ஆனந்தன், வி.ஜெயபிரகாஷ், ஜெ. சரவணன், ஜி. ஜெய்சங்கர், ஆர்.கோபிநாத், ஜெ. மணிஎழிலன் மற்றும் பெயர்கள் விட்டுப்போன அனைத்து எல்.ஐ.சி வளர்ச்சி அலுவலகர்கள் மற்றும் முகவர்களுக்கும், மற்றும் வெற்றிகரமான விற்பனையாளர்கள் அனைவருக்கும்.

உள்ளே

முன்னுரை

நாம் பயன்படுத்துகிற ஒவ்வொரு பொருளையும் எவரிட மிருந்தோ வாங்குகிறோம். வீடு, ஃபேன், ஏ.சி., தொலைக் காட்சிப்பெட்டி, வானொலி, சோஃபா செட்டுகள், கட்டில், அலமாரி, மெத்தை, தலையணை, துணிமணிகள், கடிகாரங்கள், பாத்திரங்கள், புத்தகங்கள், திரைச்சீலைகள், மருந்துகள், அலங்காரப் பொருள்கள், கார், மோட்டார் சைக்கிள் என்று நாம் வாங்குகிற பொருள்களின் பட்டியல் மிக நீளமானது.

அதைக் காட்டிலும் நீளமானது சேல்ஸ் துறையில் உள்ள வேலைவாய்ப்புகள். ஆம். விற்பனைத்துறையில் மட்டும் அவ்வளவு விதமான வேலைகள் உள்ளன. இன்னும் 30, 35 ஆண்டுகளில், உலக அளவில் இந்தியப் பொருளாதாரம் மூன்றாவது பெரிய பொருளாதாரமாக உயர இருக்கிறது என்கின்றன ஆராய்ச்சிகள். 'மதர் ஆஃப் ஆல் புல் ரன்ஸ்' எனப்படும் மிகப்பெரும் காளைகளின் ஓட்டம் வரும் ஆண்டுகளில் இந்திய பங்குச் சந்தைகளில் நிகழ இருக்கிறது என்றும் சில நிபுணர்கள் கருதுகிறார்கள். அதனால் பல்வேறு பங்குத்தரகு நிறுவனங்கள் விரிவாக்கம் செய்ய இருக்கின்றன. காப்பீட்டு துறையில் மட்டுமே லட்சக்கணக்கானவர்களுக்கு விற்பனை வேலை வாய்ப்புகள் காத்திருக்கின்றன என்கிறது இன்னொரு ஆய்வறிக்கை. அதே போல வங்கிகளின் எண்ணிக்கையும் கணிசமாக அதிகரிக்கவிருக்கிறது. எப்படிப் பார்த்தாலும் நம் தேசத்தில் இன்னும் பல ஆண்டுகளுக்கு வியா பாரங்களும், மக்களின் வாங்கு சக்தியும் உயர்ந்துகொண்டேதான் போகப்போகின்றன.

மேலே பார்த்த காரணங்களினால், விற்பனையாளர் வேலைக்கு மிக அதிக எண்ணிக்கையில் நபர்கள் தேவைப்பட இருக்கி றார்கள். அவர்களுக்கு உதவும் நோக்கத்துடனே, அதிலும் குறிப்பாக நம் தமிழ்நாட்டு இளைஞர்களுக்கு உதவும் விதமாகவே இந்தப் புத்தகத்தினை எழுதியுள்ளேன். காரணம், ஆங்கிலத்தில் 'செல்லிங் ஸ்கில்ஸ்' தலைப்பில் நூற்றுகணக்கான புத்தகங்கள் கிடைக்கின்றன. தமிழில் தேடியபோது, திரு சந்திரசேகரன் அய்யா அவர்கள் எழுதிய விற்பனைச் சிறகுகள் என்கிற புத்தகம் மட்டுமே எனக்குக் கிடைத்தது.

இந்தப் புத்தகத்தில் ஒருசில பொருள்களின்/சேவைகளின் விற் பனை பற்றிய உதாரணங்களை சொல்லியிருக்கிறேன்.

'முழுவதும் நாம் விற்பனை செய்யும் முறைபற்றியோ பொருள்கள் பற்றியோ இப்புத்தகத்தில் இல்லையே' என்று எவரும் நினைக்க வேண்டாம். பல்வேறு துறைகளில் உள்ள விற்பனையாளர்களுக்கும் ஏற்ற, பொருத்தமான உதாரணங் களும் ஆலோசனைகளும் இதில் உண்டு. தேவைப்படும் இடங் களில் சிறு மாறுதல்களுடன் ஆலோசனைகளைப் பின்பற்றுங் கள் என்பது என்னுடைய வேண்டுகோள்.

இரண்டாவது வேண்டுகோளும் உண்டு. அது, ஏற்கனவே விற்பனைத் துறையில் இருப்பவர்களுக்கு. புத்தகத்தில் உள்ள சில விஷயங்கள் முன்பே தெரிந்ததுபோல இருக்கலாம். இருந்தாலும் புதிய செய்தியைத் தெரிந்துகொள்வது போலவே அவற்றையும் படியுங்கள்.

பல நல்ல கருத்துக்கள், செய்திகளைப் பலரும் பல இடத் திருந்தும் கேட்கிறோம். அப்படி எங்கேயோ, எப்போதோ கேட்டவற்றை, மீண்டும் கேட்க, படிக்க நேரும்போது, அதன் மீதான ஆர்வம் சற்று மட்டுப்படுவது இயற்கையே.

மூன்றாவதாகவும் ஒரு வேண்டுகோள் உண்டு. படித்து முடித்த பின் கடிதம் எழுதுங்கள் என்பதுதான் அது. நீங்கள் புத்தகத்தின் முகப்புப் பக்கங்களில் கொடுக்கப்பட்டுள்ள என் மின்னஞ்ச லுக்கு உங்கள் கருத்துக்களை எழுதுங்கள்.

நான் மனிதவளத்துறையைச் சார்ந்தவன். நான் பணியாற்றிய பத்துக்கும் மேற்பட்ட நிறுவனங்களிலும் பல்வேறு வெற்றி

கரமான விற்பனையாளர்களைக் கூர்ந்து கவனித்திருக்கிறேன். அவர்களுடைய திறன்கள் குறித்து ஆராய்ந்திருக்கிறேன், வியந்திருக்கிறேன், விவாதித்திருக்கிறேன். கடந்த ஐந்தாண்டுகளில் நூற்றுக்கணக்கில் விற்பனை மேலாளர் பணிக்கான ஊழியர்களை வேலைக்கு எடுத்திருக்கிறேன். அதன் மூலம் அவர்களின் வேலைத்திறன்கள் பற்றி தெரிந்துகொண்டிருக்கிறேன். பின்பு அவர்களுக்குப் பயிற்சிகள் கொடுப்பதற்காக பல்வேறு புத்தகங்கள் மூலம் விற்பனை பற்றி நிறைய தெரிந்துகொண்டுள்ளேன். அவற்றின் சாரம் இந்தப் புத்தகம்.

26.04.2009 வாழ்த்துகள்

அபிராமபுரம், சென்னை **சோம. வள்ளியப்பன்**

1

சேல்ஸ் என்பது...

- எந்தப் படிப்புப் படித்தவரும் செய்யக் கூடிய வேலை.
- அதிகம் படிக்காதவர்களும் செய்யக்கூடிய வேலை.
- எல்லா நிறுவனங்களிலும் இருக்கிற வேலை.
- எந்த வயதிலும் செய்யக்கூடிய வேலை.
- ஆண்-பெண் வேறுபாடுகள் அல்லது வேறு எந்த வேறு பாடும், தொந்தரவாக இல்லாத வேலை.
- இவ்வளவுதான் ஊதியம், இனி அடுத்த ஆண்டுதான் உயர்த்தித் தர முடியும் என்றெல்லாம் வருமானத்துக்குக் கட்டுப்பாடுகள் இல்லாத வேலை.
- திறமைக்கேற்ற வருமானம் தரும் வேலை.
- வேலை நேரம் இல்லாத வேலை.
- பல்வேறு மனிதர்களைச் சந்தித்து உறவாடும் வாய்ப்பைத் தரும் வேலை.

இந்த எல்லா அம்சங்களும் ஒருங்கே அமையப்பெற்றிருக்கும் வேலை, 'விற்பனையாளர்' வேலை என்கிற 'சேல்ஸ் மென் ஜாப்' தான்.

வழிபாட்டு இடங்களின் வாசலில் அமர்ந்துகொண்டு பூ விற்கும் செல்லம்மாளோ அல்லது ஸ்ரீபெரும்புத்தூரில் பிளாட்டுகள் விற்கும் ராபர்ட்டோ அல்லது சென்னை, மும்பை, தில்லி போன்ற நகரங்களில், கோட்-சூட் அணிந்துகொண்டு, நுனிநாக்கு ஆங்கிலத்தில், ஏழு நட்சத்திர ஹோட்டல்களில் பவர்பாயிண்ட் பிரசண்டேஷன் செய்யும் ஐஐஎம் மாணவர் யஷ்வந்தோ எல்லோரும் செய்வது ஒன்றைத்தான். அவர்கள் அனைவரும் ஒரே ஜாதிதான். விற்பனையாளர் என்கிற ஒரே குழுமத்தைச் சேர்ந்தவர்கள்தான்.

'தான் விற்க விரும்புவதை விற்க வேண்டும்' இது மட்டுமே அவர்களின் குறிக்கோள். விற்கும் பொருள், அதன் விலை, அதன் குணாதிசயங்கள், தொழில்நுட்பம், விற்கும் இடம், வாங்கு வோர் தேவை என்று அது எத்தனையோ விதங்களில் வேறு படலாம். மிகப் பெரிய அளவுகளில்கூட வித்தியாசப்படலாம். ஆனால் எதை நோக்கி காய்கள் நகர்த்தப்படும், எதை வைத்து வெற்றி தோல்விகள் முடிவு செய்யப்படும் என்றால், அது விற்பனையின் முடிவை வைத்துத்தான். 'Closing the Sale' என்பார்களே அதை வைத்துத்தான்.

யார் யாரெல்லாம் இந்தத் துறைக்குள் நுழைகிறார்கள்?

- 'விற்பனை வேலைதான் எனது விருப்பம்' என்று இளவயது முதலே யோசித்தவர்கள், அதற்காகத் திட்டமிட்டு, ஆயத்தங் கள் செய்து, அதனைப் பிடித்தவர்கள்...
- 'அட! இப்படி ஒரு வேலைவாய்ப்பு இருக்கிறதே! நாம் இதையும் செய்யலாம் போலிருக்கிறதே! முயற்சிப்போமே!' என்று இதற்குள் தற்செயலாக நுழைந்தவர்கள்...
- 'வேலைதானே கேட்டாய்? இதுதான் இருக்கிறது. இந்தா பிடி, இதைச் செய்' என்று திணிக்கப்பட்டதால், 'சரி, நமக்கு வேறு வழியில்லை, செய்வோம்... இதில் திறமை காட்டுவோம்' என்று கட்டாயத்தால் இதனை ஏற்றுக்கொண்டவர்கள். ..
- 'எனக்கு எந்த வேலையும் கிடைக்கவில்லை. இதுதான் கிடைக்கிறது. இந்த வேலையில் நிலையான (Fixed) ஊதியம் குறைவுதான். ஆனால், விற்பனைக்கேற்ற ஊக்கத்தொகை அபரிதமாகக் கிடைக்குமாமே! இதைவிடக் கூடாது. இதில் திறமையை வெளிப்படுத்திட வேண்டியதுதான்' என்று கெட்டியாகப் பிடித்துக் கொண்டவர்கள்...

இந்த நான்கு வகையினர்தான் விற்பனைக் களத்தில் இருக்கிறார்கள். இதில் எவரும் வெற்றி பெறலாம். சீனியர், ஜூனியர் என்கிற பாகுபாடுகள், பாரபட்சங்கள் இங்கே கிடையாது. விற்பனைத் துறையில், முதல் பரிசு, இரண்டாம், மூன்றாம் பரிசு என்று முதல் மூன்று நபர்களுக்கு மட்டுமே பரிசு போன்ற கட்டுப்பாடுகள் கிடையாது. எத்தனை வெற்றியாளர்கள் வேண்டுமானாலும் ஏறி நிற்கத் தகுந்த அளவு பெரிய மேடை அது. மராத்தான் ஓட்டப்பந்தயம் போல, போட்டியில் பங்கேற்று அதனை முழுமை செய்தவர்கள் எத்தனை பேராக இருந்தாலும், அனைவருமே கவனிக்கப்படுவார்கள், பாராட்டப்படுவார்கள்.

அளவற்ற வருமானம் என்பது விற்பனையாளர் வேலையில் மட்டுமே கிடைக்கும். விற்பனைக்கு ஏற்ற அளவு ஊக்கத் தொகை, கமிஷன் அல்லது போனஸ் என்பது சேல்ஸ் வேலையில் கிடைக்கும் கைமேல் பலன். தொழில்முறை படிப்பு தவிர, படித்தவர்-படிக்காதவர் என்ற வேறுபாடின்றி எவராலும் இங்கே வெற்றிக்கொடி கட்ட முடியும்.

வரையரையில்லாத வருமானம், வரையரையில்லாத விற்பனைக் களம், வரையரையில்லாத வேலை நேரம், வரையறையில்லாத உழைப்பு என்று, பல்வேறு விதங்களில் வேறுபடும் இந்த வித்தியாசமான வேலையைப் பெறுவது எப்படி? சேர்ந்த வேலையில் முன்னேறுவது எப்படி? அதில் உச்சங்களைத் தொடுவது எப்படி?

சேல்ஸ் வேலை நல்ல வருமானம் தரக்கூடிய வேலை, அதனைச் செய்வதற்கு என்று சில வழிமுறைகள் இருக்கின்றன. பெரிய கம்பசூத்திரம் ஒன்றும் இல்லை. இதை யாரும் சுலபமாகக் கற்றுக்கொள்ளமுடியும். திறமையானவர்களுக்கு அதிக வருமானம் தரக்கூடிய வேலையும் இதுதான். திறமையே இல்லாது போனால் மிகக் குறைந்த வருமானம் தரும் வேலையும் இதுதான்.

உலகில் அதிகமான நபர்களுக்கு வருமான வாய்ப்பும் முன்னேற்றமும் அளித்துக் கொண்டிருக்கிறது சேல்ஸ் வேலை. நாடி வந்தவர்களை எல்லாம் நலமுடன் வாழ வைத்துக்கொண்டிருக்கிற சேல்ஸ் வேலை பற்றி தெரிந்துகொள்ள நிறையவே தகவல்கள் உள்ளன.

விரிவாக அவற்றைப் பார்ப்பதற்கு முன் ஒரு முக்கியமான வேறுபாடு பற்றிப் பார்த்துவிடலாம்.

சேல்ஸ் வேறு, மார்க்கெட்டிங் வேறு

எத்தனையோ நிறுவனங்களில் சில பெரிய அதிகாரிகளே கூட, 'சேல்ஸ்' என்பதையும் 'மார்க்கெட்டிங்' என்பதையும் ஒன்றோடு ஒன்று சேர்த்து வேறுபாடு இன்றி பேசுவதைக் கேட்டிருக் கிறேன். இவை இரண்டும் ஒன்றல்ல, வேறு வேறு.

நேபாள கூர்க்காக்கள் பார்ப்பதற்கு ஒன்றுபோலவே தெரிவார் கள். அதனால் அவர்கள் எல்லோரும் ஒரே அச்சில் வார்க்கப் பட்டவர்களா என்ன? அவர்களுக்குள் எந்த வேறுபாடும் இல்லையா என்ன? பரிச்சயம் இல்லாதவர்களுக்கு வேறுபாடு தெரியவில்லை அவ்வளவுதான். இதுவும் அப்படிப்பட்டது தான்.

மார்க்கெட்டிங் என்பது, ஒரு பொருளை அல்லது சேவையை (பிராடெக்ட் அல்லது சர்வீஸை) விற்பனை செய்ய வழி வகுப்பது. அதற்கு ஏதுவான சூழ்நிலையை உருவாக்குவது. சேல்ஸ் என்பது விற்பனை செய்வது. நிறுவனத்திடமிருந்து வாடிக்கையாளரிடம் கைமாற்றலை நிகழ்த்துவது.

சோப்புகளில் நல்ல சோப்பு எது என்று கேட்டால், எவருக்கும் சுலபமாக நினைவுக்கு வரக்கூடிய சோப் எது? லக்ஸ் தானே! (அல்லது அரசன் சோப்போ! இல்லை, இல்லை. . காரணம், அது வெறும் நல்ல சோப்பில்லை. ரொம்ப ரொம்ப நல்ல சோப்பு) சூட்கேஸ்சுகளில்? வி.ஐ.பி. சூட்கேஸ்கள். மோட்டார் சைக்கிள்களில்? TVS விக்டர் அல்லது ஹீரோ ஹோண்டா. நல்லெண்ணை? இதயம். ஒட்டுகிற பசை? ஃபெவிக்கால்.

'இந்த பொருள்களைப் பற்றி மக்களுக்குத் தெரியுமா?'

'ஓ! நன்கு தெரியுமே!'

'எப்படி?'

'எவ்வளவு விளம்பரங்கள் பார்த்திருக்கிறோம்'

இதுதான் மார்க்கெட்டிங் செய்யும் வேலை. பொருள் பற்றிய சாதகமான எண்ணத்தினை மக்கள் மத்தியில் உருவாக்குவது. விற்பனைக்கு ஏற்ற சூழ்நிலையை உருவாக்கி வைப்பது.

மார்க்கெட்டிங்கில் நான்கு P க்கள் அடங்கும்.

முதல் P, பிராடெக்ட் எனப்படும் விற்க வேண்டிய பொருளைக் (மற்றும் சேவையை) குறிப்பது.

மக்கள் எந்தந்தப் பொருள்களை வாங்குவார்கள். எப்படிப்பட்ட அம்சங்கள் பொருள்கள் அல்லது சேவையில் இருக்க வேண்டும் என்று ஆராய்ந்து (கள ஆராய்ச்சி- ஃபீல்ட் ரிசர்ச் உட்பட), அதற் கேற்ப பொருளினை வடிவமைக்கச் செய்வது மார்க் கெட்டிங்கின் ஒரு பகுதி. உதாரணத்துக்கு, 2008 ல் யூலிப் எனும் பிராடெக்ட் மீது மக்களுக்கு கவர்ச்சி குறைந்தபோது, எல்.ஐ.சி. நிறுவனம் உடனடியாக, ஜீவன் அஸ்தா என்னும் புதிய பிராடெக்டினை (கவென்ஷனல் வகை பாலிசி) வடிவமைத்து விற்பனையாளர்களிடம் வழங்கியது.

இரண்டாவது P, பிரைசிங் எனப்படும் விலை பற்றியது. எது விற்பனைக்கு ஏற்ற சரியான விலை (பாட்டாவின் 99.95 போல, பெப்சி மற்றும் கோக்கின் பாட்டில் 7 ரூபாய் விலை போல, டைகர் மற்றும் பார்லே பிஸ்கெட் பாக்கெட்டுகளின் 3 ரூபாய் விலை போல) என்று சந்தையையும் நுகர்வோரின் எதிர்பார்ப்பு களையும் ஆராய்ந்து முடிவு செய்வது.

அடுத்த P, பிளேஸ். எங்கெல்லாம் வைத்து விற்கலாம் என்கிற இடம் சார்ந்த முடிவுகளை எடுப்பது. இதுவும் மார்க்கெட்டிங் கின் ஒரு பகுதிதான். கடைகளா? சூப்பர் மார்க்கெட்டுகளா? அல்லது கண்காட்சிகளா? ஆன் லைனா? அல்லது தள்ளு வண்டியிலா?

இறுதி P , பிரமோஷன் பற்றியது. எப்படியெல்லாம் ஒரு பொருளை அல்லது விற்க வேண்டிய சேவையை, விளம்பரப் படுத்துவது, வாங்கத் தூண்டுவது (தள்ளுபடிகள், இலவச இணைப்புகள் போன்றவை). பெயர் சொன்னாலே தெரிகிறார் போல, ஒரு இமேஜை, பெயரை (பிராண்ட்) உருவாக்குவது.

மார்க்கெட்டிங் வேலைகள் எல்லாம் நிறுவனத்தால் நிர்வாகத் தால் செய்யப்படுபவை. இதற்கும் விற்பனை செய்வோருக்கும் இடையே தொடர்பில்லை. மிகச் சில நிறுவனங்களில், குறிப்பாக சிறிய நிறுவனங்களில் இரண்டும் ஒன்றுதான் என்பதுபோல இருப்பார்கள். அதுபோன்ற நிறுவனங்களில் மிகச் சிறிய அளவுகளில் மார்க்கெட்டிங்கும், பெரும்பாலும் விற்பனையுமே (சேல்ஸ் வேலை) செய்வார்கள்.

நாம் இந்தப் புத்தகத்தில் பார்க்கவிருப்பது மார்க்கெட்டிங் பற்றி அல்ல.

முழுக்க முழுக்க விற்பனை மற்றும் விற்பனையாளரைப் பற்றித்தான்.

அதாவது, 'ஒன்லி சேல்ஸ்'!

சேல்ஸ் சார், சேல்ஸ்

விற்பனை செய்வது என்பதே ஒரு பெரிய கடல். அதில் ஏராள மான வாய்ப்புகள் இருக்கின்றன என்பதுபோலவே ஏகப்பட்ட பிரிவுகளும் இருக்கின்றன. சேல்ஸ் வேலையினை சிறப்பாகச் செய்ய அவற்றையெல்லாம் தெரிந்துகொள்ளவேண்டியது மிக முக்கியம். அதனால் விற்பனை வகைகள் பற்றி முதலில் பார்த்து விடுவோம்.

பாட்டா நிறுவனம் பற்றித் தெரியாமல் இருக்க முடியாது. மிக வலுவான பிராண்ட் அது. தவிர அதன் விற்பனை பரப்பளவும் (Network) மிக அதிகம். அவ்வளவு பெரிய நிறுவனத்தை உருவாக்கிய குடும்பத்தினரில் ஒருவர் தாமஸ் பாட்டா. அதாவது, அந்த நிறுவனத்தின் முதலாளிகளில் ஒருவர்.

பொதுவாக நிறுவனங்களில் வேலை பார்ப்பவரின் பிசினஸ் அட்டையில் (விசிட்டிங் கார்டு) அவருடைய பெயர் எழுதி யிருக்கும். பெயருக்குக் கீழ், மேனேஜர், AGM, எக்ஸிகியூட்டிவ் டைரக்டர்... இப்படி ஏதாவது அவர்கள் வகிக்கும் பதவி பற்றி அச்சிடப்பட்டிருக்கும். தாமஸ் பாட்டா அவருடைய அட்டை யில் என்ன போட்டுக் கொள்வாராம் தெரியுமா?

தாமஸ் பாட்டா, சீனியர் சேல்ஸ் பர்சன்.

சீனியர் சேல்ஸ் பர்சன் என்றால்? மூத்த விற்பனையாளர். ஆமாம். அதுமட்டுமல்ல, அவர் பார்வைகூட அது தொடர் பாகவே இருக்கும். நாமெல்லாம் எவரையும் முதல்முறை யாகச் சந்தித்தால், கைகுலுக்குவோம், அவர்கள் முகத்தைப் பார்ப்போம். ஆனால் தாமஸ் முதலில் கால்களைப் பார்ப் பாராம். என்னமாதிரியான காலணிகளை ஒவ்வொருவரும் விரும்புகிறார்கள் என்று ரகசியமாகக் கணக்கெடுத்துக் கொள் வாராம்.

தாமஸ் பாட்டா சரி, அவர் விசிட்டிங் கார்டுக்கும் விற்பனை வகைகளுக்கும் என்ன தொடர்பு? பாட்டா என்பது ஒரு உதாரணம். பாட்டா நிறுவனம் விற்பது ஒரு பொருளை. கால்களில் அணிந்து கொள்ளும் ஷூ, செருப்பு, சேண்டல்ஸ் சிலிப்பர்ஸ் என்று பல வகையான, பல்வேறு விதமான காலணிகளை. (அதனால்தான் பாட்டா கால்களையே பார்க்கிறார்.)

காலணி என்பது ஒரு பொருள் (பிராடெக்ட்). சீப்பு, சோப்பு, ஷாம்பு, பிரட், முட்டை, மருந்துகள், சட்டை, சைக்கிள், கார், புத்தங்கள், கடிகாரம், தண்ணீர் (பாட்டில்களில்), மது, வாஷிங் மிஷின், டி.வி., வீடுகள், இடங்கள் போன்றவையும் விற்பனைப் பொருட்களே.

காப்பீட்டு பாலிசிகள், வங்கி வைப்புகள் போன்றவற்றையும் இந்த வகையில்தான் சேர்க்க வேண்டும். விற்பனையில் இவையெல்லாம் ஒரு குழுமம். பொருள்கள், 'பிராடெக்ட்ஸ்' எனும் குழுமம். இப்படி 'பொருட்களை' விற்பதற்கென்று தனி அணுகுமுறைகள் உண்டு.

சேவைகள்

ஒருவர் கால்டாக்ஸி அல்லது விமானத்தில் போகலாம். அதற்காக அவர் அதனையே வாங்கிவிட்டார் என்று சொல்ல முடியுமா?. அதில் பயணம் செய்வதற்கான கட்டணத்தைக் கொடுக்கிறார். பயணம் செய்ய மட்டுமே அனுமதி. திரைப்படத்தினை கட்டணச் சீட்டு வாங்கிப் பார்க்கலாம். அந்தக் குறிப்பிட்ட மூன்று மணிநேரம் உள்ளே அமர்ந்து பார்க்கலாம். அவ்வளவு தான். அந்தப் படத்தின் உரிமையை வாங்குதல் என்பது வேறு. படத்தினை ஒரு பார்வையாளராக பார்ப்பது வேறு. பார்ப் பதற்குக் கட்டணம். அங்கேயும் விற்பனைதான் நடக்கிறது.

திரையரங்கில் நடக்கிற விற்பனை 'பொழுதுபோக்கு' என்கிற சேவை. ஓட்டல்களில் தங்கலாம். 'நாளொன்றுக்கு இவ்வளவு கட்டணம்'. அதுவும் ஒரு சேவை. வைத்தியம் பார்ப்பார்கள். ஊர் சுற்றிக் காட்டுவார்கள். நமது துவைத்த துணியை இஸ்திரி போட்டுக் கொடுப்பார்கள். இவையெல்லாம் கட்டணம் கொடுத்துப் பெறவேண்டிய சேவைகள் (Services).

தொழிற்சாலையில் ஒருவர் மிஷின் ஆபரேட்டராக. வேலை செய்கிறார். அவர் மிஷினை வாங்கவில்லை. அதில் வேலை செய்கிறார். அதற்கு ஊதியம் தருகிறார்கள். அதுவும் கட்டணம் போலத்தானே என்று சந்தேகம் வரலாம். ஆனால் அது சேவை அல்ல. அங்கேதான் வேறுபாடு வருகிறது.

நம்மிடம் ஒருவர் ஓட்டுனராக வேலை பார்த்தால், அதற்காக அவருக்கு ஊதியம் கொடுப்போம். அவர் ஒன்றும் நமக்கு சேவை எதுவும் புரியவில்லை. அவர் 'வேலை'தான் செய்கிறார். அதே நபர் டிராவல்ஸ் ஆரம்பித்தால் அவர் விற்பனையாளர். அவரது சேவையை விற்கிறார்.

விற்பனை என்பதில் 'கட்டாயம்', 'நிச்சயம்' என்பவை கிடை யாது. முயற்சிக்க வேண்டும். பயணிகள் கிடைக்கலாம். கிடைக் காமலும் போகலாம். கிடைக்கிற அளவுதான் வருமானம். டாக்ஸி ஓட்டுபவர் பயணிகளைக் கவரவேண்டும். தன் வண்டி யில் பெரும்பாலானவர்களை பயணம் செய்ய வைக்க வேண்டும். அப்படிச் செய்வதுதான் விற்பனை.

'எங்கள் இடத்தில் மசாஜ் செய்து கொள்ளுங்கள்.'

'எங்கள் விடுதியில் தங்கிச் செல்லுங்கள்.'

'எங்கள் வாகனத்தில் பயணம் செய்யுங்கள்.'

'எங்கள் வாடகை நூலகத்தில் புத்தகங்கள் எடுங்கள்.'

'எங்கள் தொலைக்காட்சியைப் பாருங்கள்'

'எங்கள் வானொலியைக் கேளுங்கள்.'

இப்படி, தங்கள் நிறுவன சேவையை விற்பனை செய்வது இரண்டாவது வகை. இதில் வாடிக்கையாளரிடம் காண்பிப் பதற்கும் கொடுப்பதற்கும் பொருள்கள் இல்லாமல் போகலாம். அதனால் இந்த வகை விற்பனைக்குத் தேவையான திறன்கள் அணுகுமுறைகள் வேறுபடும்.

'இங்கு யோசனைகள் விற்கப்படும்.'

யோசனைகளை விற்பதா? என்ன இது வேடிக்கை! வெறும் கையால் முழம் போடுவது போல அல்லவா இருக்கிறது! என்று தோன்றுகிறதல்லவா?

விற்பதற்கு கையில் வேண்டுமானால் ஏதும் இல்லாமல் இருக்கலாம். ஆனால் மூளையைப் பயன்படுத்திச் சம்பாதிக்க லாம் அல்லவா! இங்கே விற்பனை செய்யப்படுவது அப்படிப் பட்ட 'அறிவு', 'சிந்தனை' மற்றும் யோசனைகள்.

ஆடிட்டர்கள் (தணிக்கையாளர்கள்) என்ன செய்கிறார்கள்? சேவையும் செய்கிறார்கள். கூடவே தங்களுக்குத் தெரிந்த விவரங்களை மற்றவர்களுக்குக் கொடுத்து, அதற்குக் கட்டணமும் வசூலிக்கிறார்கள்.

கன்சல்டன்ட்ஸ், கவுன்சிலர்ஸ் (நகராட்சி கவுன்சிலர்கள் அல்ல... வருத்தத்தில் இருப்பவர்களிடம் பேசுபவர்களுக்கு பெயரும் கவுன்சிலர்கள் தான்), ஆர்க்கிடெக்ட்கள் என்று பலரும் விற்பதற்கான பொருள்களாக வைத்திருப்பது, அவர்களுடைய யோசனைகளை.

ஒரு பொருளையோ, சேவையையோ (முன்பு பார்த்தவை) எப்படி விற்கலாம் என்று கூட இந்த மூன்றாவது பிரிவினர் யோசனை சொல்வார்கள். விற்பனை செய்வார்கள்.

↓

விற்பனை

↓ **பொருள்கள்**

↓ **சேவைகள்**

↓ **ஆலோசனைகள்/ யோசனைகள்**

பிற வேறுபாடுகள்

விற்பனைக்கான பொருள்கள் என்பது ஒரு பிரிவு. பெரிய பிரிவு. அதில் பல உட்பிரிவுகள் உண்டு. வேறுபாடுகள் பல இருந் தாலும், ஒரு விற்பனையாளரின் கண்ணோட்டத்தில் இருந்து எந்த வேறுபாடு முக்கியமோ அவற்றை மட்டும் சுருக்கமாகப் பார்க்கலாம்.

பயன்படுத்துவோர் யார்?

பாலிஷ் போடும் சேவையை எங்கே விற்பனை செய்யலாம்?

சில ஆண்டுகளுக்கு முன்பாக காரைக்குடியில் உள்ள அழகப்பா பல்கலைக்கழகத்துக்கு பேசப் போயிருந்தேன். நீண்ட நேரம் பயணம் செய்ததில் என் ஷூக்கள் புழுதியில் அழுக்காகி இருந்தன. கூட்டத்துக்குப் போவதற்கு முன், பாலிஷ் செய்து கொள்ள வேண்டும் என்று என்னை அழைத்துப் போக வந்திருந்த மாணவர்களிடம் சொன்னேன். அவர்களும் உதவினார்கள். காரை எடுத்துக்கொண்டு பல இடங்களிலும் தேடி, கடைசியாக பேருந்து நிலையத்தில்தான் ஷூக்கு பாலிஷ் போடும் தொழிலாளியைக் கண்டுபிடிக்க முடிந்தது.

அப்போது என்னுடைய மும்பை அனுபவத்தை நினைத்துக் கொண்டேன்.

இருபத்தி ஐந்து ஆண்டுகளுக்கு முன்பாக மும்பை போயிருந்த போது, சர்ச் கேட் ரயில்வே நிலையத்தில் கண்ட காட்சி நினைவுக்கு வந்தது. நடைமேடையில் அடுத்தடுத்து என்று வரிசையாக சுமார் இருபதுக்கும் அதிகமான நபர்கள், ஷூ பாலிஷ் போடுவதற்கு ஆயத்தமாக, கையில் இருந்த பிரஷ் கட்டையை அவர்களுக்கு முன் கிடந்த மனையில் டக்டக் என்று தட்டியபடி உட்கார்ந்திருந்தார்கள்.

இரண்டு அனுபவங்களுக்கும் இடையேதான் எவ்வளவு வேறுபாடு! என்ன காரணம்?

ஷூ பாலிஷ் போடும் சேவையைப் பயன்படுத்துவோர் யார்? அவர்கள் எங்கிருக்கிறார்கள்? என்பவை முக்கியம். அதைச் சரியாகப் புரிந்து கொண்டவர்களின் சேல்ஸ் வலைகளில், வாடிக்கையாளர்கள் என்ற மீன்கள் பெருவாரியாக சிக்கும்.

பெங்களூர் பிரிகேட் ரோட்டில் ஒரு சிக்னல். ஒரு மாலை நேரம், ஆட்டோவில் அமர்ந்திருந்தபடியே பார்த்தேன். சிக்னலில் சிவப்பு விளக்கு. பல வண்டிகள் நிற்கின்றன. ஒரு இருசக்கர மோட்டார் சைக்கிள். அதில் கணவன், மனைவி மற்றும் அப்பெண்ணின் கையில் இரண்டு வயது குழந்தை.

அழுக்கு உடையணிந்திருந்த பரட்டைத் தலை சிறுமி ஒருத்தி, அவர்களை நோக்கி ஓடிவந்தாள். சரியாக அந்த 'பைக்' முன் நின்றாள். தன் கையில் விற்பனைக்கு வைத்திருந்த ஒரு சிறு பிளாஸ்டிக் 'அடி பம்பு' பொம்மையை குழந்தை முன்பு அசைத்துக் காட்டினாள்.

ரோஸ், மஞ்சள், பச்சை என்று கண்ணைப் பறிக்கும் பல வண்ணங்கள். பம்ப்பின் கைப்பிடியை மேலும் கீழும் அடித்தும் அசைத்தும் காட்ட, குழந்தை கண்கள் விரியப் பார்க்கிறது. தன்னிசையாக பொம்மைப் பக்கம் கையை நீட்டுகிறது. பரட்டைத்தலை (விற்பனைச்) சிறுமி உடனே அதனைக் கொடுத்து விட்டாள். இப்போது அண்ணாந்து அம்மாவைப் பார்க்கிறது குழந்தை. (அடடா, விற்பனை முடிவதற்குள், சிக்னலில் பச்சை விழுந்து விடக்கூடாதே!) ஆனால் அந்தச் சிறுமியிடமோ துளியும் பதற்றம் வந்ததாகத் தெரியவில்லை. இப்போது தாய், 'என்ன விலை?' என்கிறாள்.

'20 ரூபாய்.'

மறுபேச்சில்லை. கணவனின் மேல் சட்டைப் பையிலிருந்து 20 ரூபாய் நோட்டு ஒன்றை எடுத்துக் கொடுக்கிறார் அவர். குழந்தை, பொம்மையை ஆசையுடன் பற்றிக் கொள்கிறது. அதனை உருட்டுகிறது. அன்பு பொங்க, அம்மா அதன் கன்னத்தை அழுந்தக் கிள்ளுகிறார். சிறுமியின் கண்கள் அடுத்த வாடிக்கை யாளரைத் தேடுகின்றன.

டார்கெட் யார்? விளையாட்டு பொம்மைக்கு இங்கே குழந்தைகள் தான் வாடிக்கையாளர். வாங்கித் தரும் பெற்றவர்கள் அல்லர்.

சில பொருள்கள் பெண்கள் மட்டுமே பயன்படுத்துவது (பூ, ரிப்பன், நேப்கின்). ரேசர், மோட்டார் சைக்கிள்கள் போன்றவை ஆண்கள் மட்டுமே பயன்படுத்துபவை. தெரிந்து கொள்ள வேண்டியவை இவ்வளவு மேலோட்டமானவை மட்டும் அல்ல. மேலும் இதிலுள்ள பல பகுப்புகளையும் (Segmentation) தெரிந்துகொள்ள வேண்டும்.

'காதலிக்குப் பரிசு' என்கிற பொருள் விற்பனையில், விலை என்பது ஒரு பொருட்டே இல்லை. பலூன்கள், கிரைண்டர்கள், சலவை சோப், மோட்டார் சைக்கிள்கள் போன்ற பொருள் களுக்கு யார் 'இலக்கு வாடிக்கையாளர்' என்பதைக் கண்டுபிடிக்க பெரிய சிந்தனை தேவையில்லை. ஆனால் புத்தகங்கள், பேனாக்கள், செல்போன்கள் போன்றவற்றைப் பற்றி அப்படி சுலபமாக முடிவு செய்துவிட முடியாது. ஆண்கள், பெண்கள் மட்டுமில்லை, வயது வேறுபாடு இன்றியும், வசதி வேறுபாடு கள் இன்றியும் பல பிரிவினரும் அவற்றை வாங்குகிறார்கள்.

பெப்சி, கோக் போன்ற பானங்கள் இள வயதினருக்கானது. சமையல் புத்தகங்கள் குடும்பத்தலைவிகளுக்கு, மடிக் கணினிகள் (லேப்டாப்) அலுவலகம் செல்லும் நபர்களுக்கு என்பது போல பல்வேறு அடிப்படைகளில் பகுதி பிரிக்கிறார்கள். இதனை மார்க்கெட்டிங்கில் 'செக்மெண்டேஷன்' என்பார்கள். அதாவது பகுதிகள்.

கோயில் வாசல்களில் சாமி படங்கள் விற்பதுபோல, 'சரியான பகுதி'யில் விற்பனை முயற்சி செய்தால், பலன் கூடுதலாகக் கிடைக்கும். மற்றவர்களும் வாங்குவார்கள்தான். ஆனால் பகுதி இல்லாதவர்களில் நூற்றுக்கு ஒருவர் வாங்கினால், இங்கே 'உரிய பகுதி'யில் நூற்றுக்கு 20, 30 பேர் வாங்குவார்கள். எது நமக்கு வசதி?

பயன்பாட்டுக் காலம்

பெட்ரோல், பற்பசை, உணவுப் பொருள்கள், தினசரி பேப்பர்கள் போன்ற பொருள்களை அடிக்கடியும் தொடர்ந்தும் வாங்க வேண்டி வரும். இவற்றை வேகமாக நகரும் நுகர்வு பொருள்கள் என்பார்கள். பாஸ்ட் மூவிங் கன்ஸ்யூமர் கூட்ஸ் (FMCG) என்பது ஒரு பகுப்பு. தொடர்ந்து தேவைப்படும் வாங்கியே ஆக வேண்டிய பொருள்கள், சேவைகள்.

வேறு சில பொருள்கள் இருக்கின்றன. அவற்றை ஒரே நபரோ, ஒரு குடும்பமோ, அடிக்கடி வாங்க முடியாது. உதாரணத்துக்கு, குளிரூட்டும் பெட்டி (Air conditioner), ஃபேன்கள், தொலைக் காட்சிப் பெட்டிகள், ரெஃப்ரிஜரேட்டர் போன்றவை. அதனால் அந்த விற்பனை முயற்சியின்போது வாடிக்கையாளருக்குக் கூடுதல் தகவல்கள் கொடுக்க வேண்டி வரலாம். அதனைச் சொல்லித்தான் விற்பனையாளர் விற்க வேண்டும்.

விலைகள்

ஒரு பொருளின் விலை நினைத்ததை விடவும் மிக அதிகம் என்றால், வாங்கும்முன் பலதரம் யோசிப்பார்கள். ஊக்கு, கர்ச்சீப், விளையாட்டு பொம்மை போன்ற எளிய விலைப் பொருள்களை அதிகம் யோசிக்காமல் வாங்குவார்கள். சாப்பாட்டு மேசை, சோபா செட் போன்றவற்றின் கதை நேர் எதிராக இருக்கும். பார்ப்பார்கள், யோசிப்பார்கள். பின்பு வருகிறேன் என்பார்கள்.

டெக்னாலஜி

ஐபாட், தொலைக்காட்சிப் பெட்டி, மைக்ரோவேவ் அவன், கம்ப்யூட்டர்கள், ஹேண்டிகேம் போன்றவற்றை வாங்குமுன், அதன் தொழில்நுட்பத் தகவல்களை, அம்சங்களைப் பற்றிக் கேட்பார்கள், ஆராய்வார்கள், ஒப்பிடுவார்கள். உபகரணங்களை வாங்க முற்படும்போது, வாடிக்கையாளர்கள், அதற்கு முன் 'வாரண்டி' மற்றும் 'கியாரண்டி' என்று தெரிந்துகொள்ள விரும்புவார்கள்.

மோட்டார் சைக்கிள்கள், கார்கள் போன்ற சில பொருள்கள் அதிக நாள்கள் உழைக்க வேண்டியிருப்பதால், 'வண்டியில் மாற்ற வேண்டி வரும் உதிரி பாகங்கள் கிடைக்குமா? (சில நிறுவனங்களின் அதிக லாபம், அவர்களின் உதிரி பாகங்களின் மூலம்தான் கிடைக்கும். வேறு உதிரி பாகங்கள் அவற்றுக்கு பொருந்தாது), எல்லா இடங்களிலும் பராமரிப்பு சேவை கிடைக்குமா' என்றெல்லாம் பார்ப்பார்கள்.

குறைந்த விலைக்குக் கிடைக்கிறதென்று, சில வெளிநாட்டுத் தயாரிப்புகளை எவரிடமோ வாங்கியபிறகு, அதில் ஏதேனும் பிரச்னைகள் (குறிப்பாக எலெக்ட்ரானிக் பொருள்களில்) வந்தால், வாரண்டியும் கிடைக்காது, உதிரி பாகங்கள் மற்றும் பழுதுபார்க்கும் வசதிகளும் கிடைக்காமல் போகலாம். இவற்றையெல்லாம் யோசிக்கும் வாடிக்கையாளர்களும் உண்டு. இவற்றை உணராத வாடிக்கையாளர்களும் உண்டு.

தனிப்பட்ட அம்சங்கள்

வைரம் என்பது தங்கத்தில் இருந்து வேறுபட்டது. தங்கம் போல, உலக அளவில் அதற்கு 'இவ்வளவுக்கு இவ்வளவு' என்று ஒரே விலை கிடையாது. தவிர அதில் 'தோஷம்' என்றெல்லாம் சில பிரச்னைகளும், 'ராசி' என்கிற சில கூடுதல் மதிப்பு பெறும் வாய்ப்புகளும் உண்டு.

ஓவியங்கள், கலைப்பொருள்களுக்கும் அப்படிப்பட்ட வாய்ப்பு கள் உண்டு. பிடித்துப்போய்விட்டால் என்ன விலைக்கும் விற்க முடியும். இந்தப் பட்டியலில் புடைவைகள் கூட அடங்கும்.

வீடு, நிலம் போன்றவற்றில், அரசு அங்கீகாரம், ஒப்புதல், குடிதண்ணீர், சாலையில் இருந்து எவ்வளவு தூரம், பூமியின்

வாகு போன்ற பலவும் தலைகாட்டும். இதனால் அந்த வீடு/ நிலங்களின் விலையும் மாறுபடும். விற்பனை வாய்ப்புகளும் மாறுபடும்.

'அரசு அங்கீகாரம் பெற்ற', 'ரயில்வே ஸ்டேஷனுக்கு மிக அருகில்', 'தவணை முறையில்' என்றெல்லாம் ஓங்கிச் சொல்லி பல லட்சக்கணக்கான வீட்டு மனைகள் தமிழ்நாட்டில், குறிப்பாக சென்னைக்கு அருகில் சுலபமாக விற்பனை செய்யப்பட்ட காலங்கள் உண்டு.

வேறு ஓர் அடிப்படை

பொருள்கள், சேவை மற்றும் யோசனைகள் என்கிற மூன்று அடிப்படைகளில் விற்பனைப் பொருள்களைப் பிரிக்கலாம் என்று பார்த்து வருகிறோம். இனி இன்னொரு அடிப்படையில் பிரித்துப் பார்க்கலாம். அது, அந்தப் பொருள் வாங்குபவருக்கு எவ்வளவு தூரம் அவசியம் என்பதை வைத்து தரம் பிரிக்கப்படும்.

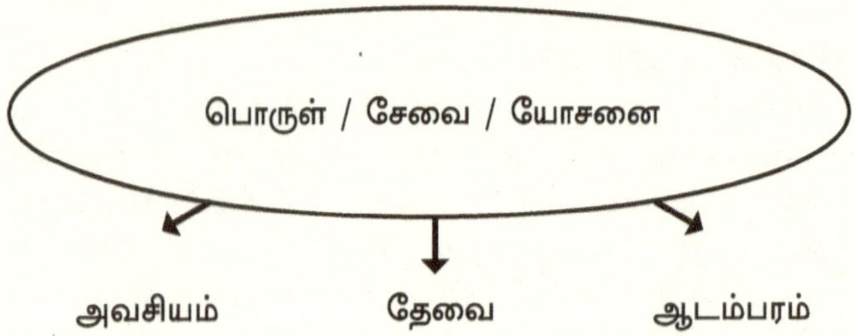

ஒரு வாடிக்கையாளர் பொருளையோ சேவையையோ அல்லது யோசனையையோ என்ன விலை கொடுத்தும் வாங்குவார். அதற்காக வரிசையில் காத்திருப்பார். அது கிடைக்க வேண்டுமே என்று கவலைப்படுவார். வாங்க முயற்சிகள் எடுப்பார். அது அவருக்கு அவசியம் எனும் பட்சத்தில்.

அட, அப்படிப்பட்ட பொருள்கள், சேவைகள் கூட இருக்கின் றனவா என்ன? எனில், வாடிக்கையாளரே தேடும் பொருள்களை விற்பனை செய்வதில் என்ன பெரிய சிரமம் இருக்கப் போகிறது?

இருக்கிறது. பிரதமர் மன்மோகன் சிங்குக்கு 2009ம் ஆண்டு ஜனவரி மாதம் திடீர் உடல்நலக் குறைவு ஏற்பட்டது. ஏற்கெனவே ஒருமுறை 'ஓப்பன் ஹார்ட்' அறுவை சிகிச்சை செய்யப்பட்டிருந்த அவருடைய இதயத்தில் மீண்டும் ஓர் அறுவை சிகிச்சை நடத்த வேண்டியிருந்தது.

மும்பையில் இருந்து மருத்துவர் பாண்டே பறந்து வந்தார். அவர் செய்தது மருத்துவ சேவை. அவரும் கட்டணம் வாங்கிக் கொண்டுதான் செய்கிறார். அவரிடம் சிகிச்சை பெற வேண்டு மென்றால், முன்பதிவு அவசியம். பதிவு செய்தால் எவ்வளவு நாள்களுக்குப் பிறகு அவருடைய அப்பாயிண்ட்மென்ட் கிடைக்கும் தெரியுமா? சுமார் 2190 நாள்களுக்குப் பிறகு. ஆமாம், அவருடைய வேலைத்திட்டம் எனும் காலண்டர் 6 ஆண்டு களுக்கு முன்பே முடிவு செய்யப்படும் ஒன்று. (பிரதமருக்காக என்பதால் உடனே வந்துவிட்டார்)

உயிர் வாழ இதயம் முக்கியம். முக்கியமானது மட்டுமல்ல, நுண்ணிய மற்றும் சிக்கலான உறுப்பும் கூட. மிகச்சரியாக சிகிச்சை செய்ய வேண்டியது அவசியம். சில உயிர் காக்கும் மருந்துகள் கூட இப்படிப்பட்ட வகைதான். அவற்றில் விலை யல்ல முக்கியம். அவை கிடைத்தால் போதும் என்பதுதான் வாடிக்கையாளர்களின் எதிர்பார்ப்பாக இருக்கும்.

இவ்வளவு முக்கியத்துவம் இல்லை என்றாலும், ஓரளவேனும் தேவை என்று மக்கள் தேடும் பொருள்கள் மற்றும் சேவைகளும் உண்டு. இரவு நேரப் பேருந்துகள், நீண்டதூரப் பேருந்துகள் போகும் வழிகளில் விற்கப்படும் தண்ணீர், தேனீர் மற்றும் ஏனைய உணவுப் பொருள்கள். இப்படிப்பட்ட பொருள்களை அவற்றின் சிறப்புகளை எல்லாம் சொல்லி விற்க வேண்டுமா என்ன? கொத்திக் கொண்டு போய்விடுவார்கள். ‘கிடைக்குமாறு செய்தாலே’ போதும். விற்பனை உறுதி.

அடுத்த வகை, ‘தேவைப்படுவன’. அவசியம், அத்தியாவசிய மெல்லாம் இல்லை. ஆனால் தேவைப்படுவனதான். வானொலி, கடிகாரம், கட்டில் மெத்தை, பற்பசைகள் போன்றவை. இவற்றை விற்கக் கொஞ்சம் முயற்சி தேவைதான்.

மூன்றாவது வகையை விற்க விற்பனையாளர்கள் கூடுதல் திறமை காட்ட வேண்டிவரும்.

இவை ‘ஆடம்பர’ வகையைச் சேர்ந்தவை. அவற்றுக்குப் பெரிய அவசியமோ, தேவையோ இருக்காது. ஆனால் அவை இருந் தால் நன்றாகத்தான் இருக்கும். நன்றாக இருக்கும் என்பதில், ‘பெருமை’, ‘மதிப்பு’, ‘கௌரவம்’ என்பவையும் அடங்கும். எல்லாம் மனது மற்றும் எண்ணம் தொடர்பானவை.

காஸ்ட்லி சென்ட்கள், சொகுசு கார்கள், விலையுயர்ந்த பிளாட்டினம், வைரம் போன்ற நகைகள். ஓவியங்கள், கலைப் பொருள்கள் போன்றவையும் அடங்கும். இவற்றை விற்பதற்குத் தனிப்பட்ட திறன்கள் தேவை.

குறிப்பிட்ட பொருள்கள் சந்தையில் கிடைக்கும் மற்றவைகளை விட மலிவானவை என்பது மக்களுக்குத் தெரிந்துவிட்டால், அதனை விடமாட்டார்கள். அள்ளிக் கொள்வார்கள். சென்னை ரங்கநாதன் தெருவில் அமைந்துள்ள சரவணா ஸ்டோர் இதற்கு ஓர் எடுத்துக்காட்டு. 'சும்மா கொடுக்கிறார்களோ!' என்று நினைக்கும் விதம். மக்கள் கூட்டம் முண்டியடித்து வழிந்து, தினம் தினம் திருவிழாக் கூட்டம்தான்! 'பிக் பஜார்' என்று பெரிய விற்பனைக் கூடங்களில் (ஷாப்பிங் மால்ஸ்) பல கிளைகள் அமைத்துள்ள பேண்டலூன் நிறுவனத்தின் முதலாளி பியானி என்பவர், அப்படிக் கடைகள் தொடங்க, தனக்கு உத்வேகம் கொடுத்ததே, சரவணா ஸ்டோர்ஸ்தான் என்கிறார். இது குறித்து, இட் ஹேப்பண்ட் இன் இண்டியா என்கிற அவருடைய புத்தகத்தில் குறிப்பிட்டுள்ளார்.

சில கடைகளில் அள்ளுவார்கள். ஆற்காடு மக்கன் பேடா (குலாப் ஜாமுனுக்குத்தான் அப்படி ஒரு பெயர்), திருநெல்வேலி இருட்டுக்கடை அல்வா போன்றவை அப்படிப்பட்டவைதான். ஆள்கள் கடையைத் தேடி வருவார்கள். ஆனால் அவர்களோ ஒரு குறிப்பிட்ட அளவுதான் தயாரிப்பார்கள். இருக்கும் வரை கொடுப்பார்கள். பிறகு மறுநாள்தான்.

தென்னமரக்குடி எண்ணெய், டைகர் பாம் போன்ற வேறு சில பொருள்களை மக்கள் கேட்டு வாங்குவார்கள். அவையெல்லாம் மக்கள் மனதில் நிலைபெற்றுவிட்ட பிம்பங்கள், பிராண்டுகள். அவற்றை விற்பனை செய்ய பெரிய அளவு முயற்சிக்கத் தேவையில்லை. வாங்க வரக்கூடிய இடங்களில் கொண்டுபோய் வைத்தால் போதும்.

இன்னும் சிலவற்றைப் பற்றி விற்பவர்கள்தான் எடுத்துச் சொல்ல வேண்டும்.

'இது நல்ல பொருள் சார். என்ன, அதுக்கு விளம்பரம் பண்றாங்க. அதனால பெயர் சொல்லி கேட்கிறீங்க. இதுவும் அதேபோன்ற நல்ல பொருள்தான் சார். ஆனா, விலை பாருங்க பாதிதான்'

என்பது போல கடைக்காரர்களே பரிந்துரைப்பார்கள். குக்கர் போன்ற பொருள்கள் விற்பனையில் இந்த உரையாடலைக் கேட்க முடியும். இவையெல்லாம் 'சொல்லி விற்க வேண்டியவை' ரகம். ஆயுள் காப்பீட்டு திட்டங்கள் உள்பட.

கடைசியாக ஒரு வகையுண்டு. வாங்குபவர்களுக்குத் தேவையிருக்காது. அவற்றைப் பற்றிச் சொல்லவும் பெரிய தகவல் இருக்காது. அதனால் அவற்றை விற்பதற்கு 'தள்ள'த்தான் வேண்டும். 'ஒன்று வாங்கினால் மற்றொன்று இலவசம்' என்பது போன்றோ, 'இதை வாங்கினால் இரண்டு பாக்கெட் பிஸ்கெட் இலவசம்' என்பது போல, வாங்கத் தூண்டவேண்டியிருக்கும்.

ஈர்ப்பு உள்ளவை, தள்ள வேண்டியவை

சில பொருள்களுக்கு மக்கள் மத்தியில் வரவேற்பிருக்கும். ஒன்று பொருளின் தன்மை முன்பு பார்த்தது போல, அவசியமானதாக இருக்கும். அல்லது அது எந்த வகைப் பொருளாக இருந்தாலும் சரி, மக்களுக்கு அதன் மீது ஓர் ஈர்ப்பு இருக்கும். காரணம் அதன் பெயர் அப்படி. 'Brand' என்பார்கள்.

'பெப்சி சார், பெப்சி. இது நல்ல சுத்தமான பானம். குடிச்சா சும்மா ஜில்லுன்னு இருக்கும். ஒரு முறை குடிச்சுப் பாருங்க. விடவே மாட்டீங்க' என்றெல்லாம், ஒரு விற்பனையாளர் சொல்வாரா என்ன? சொன்னால் சிரிப்பார்கள். காரணம், பெப்சிக்கு ஏற்கெனவே இருக்கும் விளம்பரங்கள் அப்படி. அதைப் பற்றித் தெரியும். யாரும் சொல்ல வேண்டியதில்லை. பிரிட்டானியா பிஸ்கெட், டைட்டன் கடிகாரங்கள், பிரிஸ்டீஜ் குக்கர், சி.ஆர்.ஐ. பம்புகள், இதயம் நல்லெண்ணெய், பார்க்கர் பேனா, BMW கார்கள் என்பது போல, சில பொருள்கள் மற்றும் சில சேவைகள் பெயர் பெற்றவை. இதனை சந்தையில் ஈர்ப்பு (Pull) இருப்பவை என்பார்கள்.

இதர பொருள்கள் பற்றி மக்களுக்குத் தெரியாத காரணத்தினால், விற்பவர்தான் விளக்கிச் சொல்ல வேண்டும். அவற்றை, தள்ள (Push செய்ய) வேண்டியவை என்பார்கள்.

விற்பனை வகைகள்

ஒரு விற்பனையாளர் தான் எப்படிப்பட்ட பொருள்களை விற்க வேண்டி வரும், அவை என்ன வகையைச் சேர்ந்தது என்று தெரிந்து கொள்ள வேண்டியது போலவே, மற்றொன்றையும்

தெரிந்து கொள்ளலாம். அது விற்பனையின் தன்மை பொறுத்த வேறுபாடுகள். எங்கே வைத்து எப்படி விற்பது?

- ஓரிடத்தில் இருந்து விற்பது. இருந்த இடத்தில் இருந்து கேட்பவர்களுக்குக் கொடுப்பது (காய்கறி மார்க்கெட் போல)
- இருந்த இடத்தில் இருந்து பில் மட்டும் போடுவது.

ஸ்பென்சர்ஸ், நீல்கிரீஸ், ஃபுட் வேர்ல்ட், ரிலையன்ஸ் ரீடெயில் போல பெரிய கடைகள். கடைகளுக்கு ஏற்கெனவே நல்ல பெயர் (பிராண்ட் வேல்யு) இருக்கும். வாகான இடங்களில் இயங்கும். வாடிக்கையாளர்கள் அவர்களாக தேடி வருவார்கள். பொருள் களும் அழகாக அடுக்கி வைக்கப்பட்டிருக்கும். வேண்டியதை வாடிக்கையாளர்களே தேர்வு செய்து எடுத்துப்போய் பில் போட்டுக்கொள்வார்கள்.

இங்கே சேல்ஸ்மென் அல்லது சேல்ஸ் உமனுக்கு என்ன வேலை? அதிகமில்லை. வரவேற்க வேண்டும், புன்னகைக்க வேண்டும். ஏதும் கேட்டால் பதில் சொல்ல வேண்டும். சில வற்றை தேடிஎடுத்துக் கொடுக்கவேண்டும். அவ்வளவுதான். சுலபமான சேல்ஸ் வேலை. கடையில் இருந்து விற்பதற்கு, வாடிக்கையாளரைக் கண்டுபிடிக்க வேண்டிய அவசியம் இல்லை. வருபவர்களை சரியாக கவனித்தால் போதும். நிழலில் இருக்கலாம்.

இப்படிப்பட்ட கடைகளிலும் சில விதி விலக்குகள் உண்டுதான்.

சென்னையில் இருந்து செங்கல்பட்டு போகும் வழியில் பார்த் திருக்கிறேன். ஜி.எஸ்.டி தேசிய நெடுஞ்சாலையில் சில மோட்டல் கள் (பெருவழி ஓட்டல்கள்) இருக்கும். மக்கள் குடியிருப்புகளோ, நடமாட்டமோ இல்லாத இடம். பகல் நேரம். போகிற வருகிற கார்கள் பேருந்துகள் அங்கே நிறுத்தி ஏதாவது சாப்பிட்டால்தான் வியாபாரம். வெளியில் சில பையன்கள் (சேல்ஸ்மென்) நிற்பார் கள். தூரத்தில் வரும் வண்டியைப் பார்த்து, கைகளால், 'இங்கே வாருங்கள், வாருங்கள்' என்று பெரியதாக கையை உயர்த்தி சாடை காட்டி அழைப்பார்கள்.

சென்னை ரங்கநாதன் தெருவிலும் இப்படிப்பட்டவர்களைப் பார்க்க முடியும். பழனி, சமயபுரம், வைதீஸ்வரன் கோயில், வேளாங்கன்னி போன்ற பல வழிபாட்டு இடங்களின்

வாசல்களில் இருக்கும் பூ மற்றும் தேங்காய்பழக் கடைகளில் இருப்பவர்களும் இப்படி கூவி அழைப்பதைப் பார்க்க முடியும்.

கேட்பதைத்தான் கொடுக்க வேண்டுமா?

வெளியூரில் அல்ல, வெளிநாட்டில் நடந்த சம்பவம். அது ஒரு சூப்பர் மார்க்கெட்.

'அய்யா எனக்கு ஒரு வேலை வேண்டும்.'

'அப்படியா? சரி. உனக்கு விற்பனை வேலையில் முன் அனுபவம் இருக்கிறதா?'

'ஓரளவுக்கு இருக்கிறது.'

'சரி நாளையிலிருந்து வேலைக்கு வா'.

வந்தான்.

'போ. போய் அந்த கவுண்டருக்குப் பின்னால் நின்று கொள்'.

நின்றுகொண்டான். இரவு மணி ஏழரை. கடை மூடும் நேரம். அவனை அழைத்தார்.

'உன்னுடைய முதல் நாள் வேலை எப்படி இருந்தது?'

'நன்றாக இருந்தது அய்யா'.

'அப்படியா? எத்தனை வாடிக்கையாளர்களிடம் உன்னால் விற்பனை செய்ய முடிந்தது?'

'ஒரு ஆளிடம் அய்யா'.

'அவ்வளவுதானா? போதாது தம்பி. இங்கே இருப்பவர்கள் எல்லாம் மிகத்திறமையானவர்கள். நாள் ஒன்றுக்கு, 20, 30 நபர்களிடம் விற்பனை செய்வார்கள். போகட்டும். அந்த ஒரு ஆளிடம் செய்த விற்பனையில் இருந்து எவ்வளவுக்கு பில் வந்தது?'

'101,237 டாலருக்கு அய்யா'

மேலாளருக்கு ஆச்சரியம் தாங்கவில்லை.

'என்னது லட்சத்து சொச்சம் டாலருக்கா? அப்படி என்னதான் விற்றாய் அந்த ஒரு ஆளிடம்?' அவன் சொல்ல ஆரம்பித்தான்.

‘முதலில் ஒரு சிறிய மீன்பிடிக்கும் கொக்கியை விற்றேன். பின்பு பெரிய கொக்கி. அதன் பின் கொக்கியை மாட்டும் கம்பியையும் அந்தக் கம்பியின் கியர் ஒயரையும் விற்பனை செய்தேன். பின்பு நான் அவரை ‘நீங்கள் எங்கே மீன் பிடிக்கிறீர்கள்?’ என்று கேட்டேன், ஏரிக்கரை என்றார். ‘மீன் பிடி படகு பார்க்கிறீர்களா?’ என்று கேட்டு அவரை அந்த செக்‌ஷனுக்கு அழைத்துப் போனேன். இரட்டை இஞ்சின்கள் பொருத்திய படகு ஒன்றை வாங்கினார். பின்பு அவரை ‘எங்கே தங்கியுள்ளீர்கள்?’ என்று கேட்டேன். தங்குவதற்கு சரியான இடம் தேடுவதாக சொன்னார். அதனால் அவரை கேம்பிங் செக்‌ஷனுக்கு அழைத்துப் போய், அங்கே டெண்ட் அடித்துக்கொள்ள உதவும் தார்பாலின்களை விற்பனை செய்தேன். டெண்டுக்கான பொருள்களை வாங்கியதும் அவர், அங்கே சமைக்கலாமே என்று, மளிகைப் பொருள்களையும் கொஞ்சம் மதுபானங்களை யும் வாங்கினார் அய்யா.’

‘அட! பெரிய ஆளா இருக்கியே நீ! மீன்பிடி கொக்கி வாங்க வந்தவனிடம் படகு, டெண்ட்டு என்று என்னென்னவோ விற்றிருக்கிறாயே!.’

‘இல்லிங்க அய்யா. அவரு மீன்பிடி கொக்கி வாங்க வரலை. தலைவலின்னு ஒரு அனாசின் மாத்திரை கேட்டாரு. நான்தான், தலைவலியா? மீன் பிடிக்கலாமே. அது மன அமைதிக்கு வழி வகுக்குமின்னு...’

மேலாளர் மயக்கம் போட்டு விழாத குறைதான். கடைக்குள்ளாக இருந்துகொண்டு, வாங்க வருபவர்களிடம் எவ்வளவு விற்கமுடியும் என்பதற்கு தம்பி நல்ல உதாரணம் இல்லையா!

- **தெருவில் இறங்கி வீதி வீதியாகப் போய் விற்பது**

தெருவில் இறங்கி வீதி வீதியாக விற்பது என்பது கோல மாவு, இளநீர், பஞ்சு மிட்டாய், ஐஸ்கிரீம், காய்கறிகள் மட்டுமல்ல, நடமாடும் கேட்டரிங் சர்வீசுகளும் தான் (உணவு வண்டிகள்). இதனை சேல்ஸ் மொழியில் ஃபீட் ஆன் ஸ்டிரீட் (Feet on Street) என்பார்கள்.

- **கேட்பவர்களுக்கு எடுத்துச் சென்று கொடுப்பது**

ஆர்டரின் பேரில் டெலிவரி செய்யப்படுவது. உதாரணம், மளிகை கடைகள், பீட்சா உணவகங்கள்.

- **வேண்டுமா என்று கேட்டுக் கொடுப்பது**

லைனில் சென்று கடை கடையாக பெப்சி, பிஸ்கேட்டுகள், சோப்புகள் போன்றவற்றைக் கொடுப்பது.

- **வீடு வீடாக விற்பது**

வீடு வீடாகப் போய் (டோர் டு டோர்) என்பதுதான் மிகவும் அதிக திறமை கேட்கும் விற்பனை வகை. முன்பின் தெரியாதவர்கள் வீட்டைத் தட்டி, அவர்கள் 'வேண்டாம்' என்று சொல்லி உடனடி யாகக் கதவைச் சாத்தினாலும், விடாமல் முயன்று விற்பது. மாடிகள் ஏறி இறங்கி, வீட்டுக்காரர் வளர்க்கும் செல்லப் பிராணிகள் மட்டுமில்லாமல், சில சமயங்களில் தெருநாய்களின் குரோத குலைப்புகளையும் சமாளித்துக் கொண்டு விற்பனை செய்ய வேண்டும். விற்பனைப் பொருள்களை சுமந்துகொண்டு பல படிகள் ஏறவேண்டும். இதில் சோப்புத்தூள், டிக்ஷ்னரி விற்பவர்கள் மட்டுமல்ல, மெடிக்கல் ரெப்ரசன்டேட்டிவ்களும் அடக்கம். என்ன, வீடுகளுக்குப் பதிலாக டாக்டர்களின் கிளினிக்குகள் மற்றும் மருத்துவமனைகளுக்குப் படையெடுக்க வேண்டும். வேறுபாடுகள், பேசுகிற விதத்தில் மட்டும்தான்.

இந்த விற்பனைக்கு என்று சில தனி 'சகிப்புத் தன்மைகள்' தேவை. எதையும் சாதாரணமாக எடுத்துக்கொண்டு, 'தேங்க்ஸ் மேடம்' என்று சொல்லிவிட்டு, சற்றும் தயங்காமல் அடுத்த வீட்டுக் கதவைத் தட்டும் மனோபாவம் வேண்டும்.

- **சந்தைகளில், பொருள்காட்சிகளில் கடை போட்டு விற்பது (ஸ்டால்கள்)**

சந்தைகளில், பொருள்காட்சிகளில் கடை (ஸ்டால்) வைத்தால், அங்கே வரும் நபர்களின் கவனத்தைக் கவரலாம். கிடைக்கும் குறைந்த அவகாசத்தில் வாடிக்கையாளர்களைத் தங்கள் பக்கம் ஈர்த்து பொருள்களை விற்கவேண்டும்.

- **இணைய தளங்கள் மூலமாக விற்பது (ஆன் லைன் விற்பனை)**

புத்தகங்கள், கேசட்டுகள் மட்டுமல்ல.. இன்னும் பலவும் இப்படி விற்பனை செய்யப்படுகின்றன. இந்த வகை விற்பனை யில் சேல்ஸ்மென் மட்டுமில்லை, மனிதவாடையே இருக்காது.

ஏதை விற்கிறோம்?

விற்பனை என்பது தேவைகளை நிறைவு செய்வது. அந்தத் தேவைகள் வாடிக்கையாளர்களால் உணரப்பட்டதாகவோ அல்லது விற்பனை செய்பவர்களால் உருவாக்கப்பட்டதாகவோ இருக்கலாம். ஆமாம், முன்பே பார்த்தது போல, வாடிக்கை யாளர்களுக்கு தேவையே இருக்காது. ஆனால் விற்பனையாளர் தன் திறமையால் விற்று விடுவார்.

1997-98ல் நான் திருச்சி பெல் குடியிருப்பில் வசித்து வந்த நேரம்... வீட்டுக்கு ஒரு விற்பனையாளர் வந்தார். மிடுக்காக இருந்தார். நேர்த்தியாக உடுத்தியிருந்தார். ஆங்கிலத்தில் பேசினார். அவர், 'நீங்க வாங்க வேண்டாம் சார். இது, விற்பனை அல்ல. சும்மா பாருங்கள்' என்று சொல்லி, செய்முறை விளக்கம் செய்து காட்டியது 'வாக்குவம் கிளீனர்' ஒன்றினை.

'பிளக் பாயிண்ட் தேடி, சொருகி, உபகரணங்களைப் பொருத்தி, கரும்புகை நிறத்தில் இருந்த அந்த குண்டான, தூசி எடுப்பானை, கிர் என்று ஓடவிட்டு, சோபா இடுக்குகள், தலைகாணிகள் முதலிய வற்றில் இருந்த தூசுகளை உறிஞ்சி, பைப்பினைக் கழற்றி, சரசரவென அந்த வெள்ளை நிறத்திலிருந்த 'தூசினை சேர்க்கும் உறையினை' ஒரு பழைய செய்தித்தாளில் மடாரென்று கவிழ்த்து, ஒரு கைப்பிடி அளவு தூசியைக் குவித்து, 'பாருங்கள். இவ்வளவும் இருந்திருக்கிறது' என்று காட்டியதும் அசந்தே போனோம்.

'இந்தக் கண்ணுக்குப் புலப்படாத மிருதுவான தூசியைத்தான் தினம் தினம் சுவாசித்துக் கொண்டிருக்கிறீர்கள்' என்றார். கொஞ்சம் திக்கென்றது.

அதுசமயம் பள்ளிக்கூடம் விட்டு சீருடையுடன் வந்த மகனைப் பார்த்தபடியே, 'வீட்டில் படியும் தூசு தும்புகளை அவ்வப்போது நீக்காவிட்டால், பிள்ளைகளின் நுரையீரல் பாதிக்கப்படலாம்' என்றார். அப்போதே பாதி விற்பனை வேலை முடிந்துவிட்டது. வேறு வழியில்லாமல் பரிதாபமான குரலில் 'என்ன விலை?' என்றேன். 4000 ரூபாய் கொடுத்து வாங்கினேன் என்று நினைக் கிறேன். அப்போதைய மதிப்பில், கிட்டத்தட்ட என்னுடைய ஒரு மாத ஊதியம் அது. மிக வேகமாக முடிவெடுத்து நான் வாங்கிய பொருள் அது.

திறமையான சேல்ஸ்மென் நிகழ்த்திய ஜாலம்!

உடனடி சேங்ஷன்

2002-ம் ஆண்டாக இருக்கலாம். சென்னையில் வாடகை வீட்டுக்காக நான் அல்லாடிக் கொண்டிருந்த சமயம். வள்ளுவர் கோட்டத்தில் வீட்டுக் கடன்கள் பற்றிய சந்தை (ஃபேர்). மனைவியுடன் சென்றிருந்தேன். வீடு கட்டித்தரும் நிறுவனங்கள் மற்றும் வீட்டுக் கடன் தரும் வங்கிகள் என்று ஏகப்பட்ட ஸ்டால்கள் போட்டிருந்தார்கள்.

'உடனடி சேங்ஷன்' என்பதுதான் என்னை பரபரப்படைய வைத்த வார்த்தை. வட்ட மேசைக்கு எதிர் எதிராக அந்தத் தனியார் வங்கியின் (பயிற்றுவிக்கப்பட்ட) விற்பனையாளரும் (பரிதாபமான) நானும், என் அருகில் என் மனைவியும் அமர்ந்திருந்தோம்.

எங்கே வேலை செய்கிறீர்கள்? உங்கள் மாத வருமானம் என்ன? ஏற்கெனவே கடன்கள் ஏதும் வாங்கியிருக்கிறீர்களா? என்றெல் லாம் கேட்டுவிட்டு, அப்படியே கம்ப்யூட்டரில் தட்டி உருட்டி, சரசரவென்று பிரிண்ட் எடுத்து, ஸ்டைலாக கையெழுத்திட்டு மொரமொரப்பாக ஒரு பேப்பர் கொடுத்தார்கள். சேங்ஷன் லெட்டர். 15 லட்சம் வீட்டுக் கடன் வாங்க எனக்கு அனுமதி கொடுத்துவிட்டார்கள்.

மற்ற ஆவணங்கள் கொடுத்தால்தான் என்றாலும் 15 லட்சம் வரை கடன் தர அந்த வங்கி, எழுத்து மூலம் உறுதி வந்துவிட்டதே! எனக்கு மகிழ்ச்சியோ மகிழ்ச்சி! இன்னும் வாங்கக் கூடிய வீடோ (15 லட்சத்துக்கு தனி வீடா! அதுவும் சென்னையிலா!) பிளாட்டோ பார்த்திருக்கவில்லை. ஆனாலும் சேங்ஷன் தயார் என்கிற தகவல் நிரம்ப சந்தோஷமாக இருந்தது.

வீட்டுக்கு வந்துவிட்டோம். இரண்டு நாள்கள் இருக்கும். காலை நேரம் அலுவலகம் கிளம்பிக் கொண்டிருக்கும்போது, டிங் டாங். திறந்து பார்த்தால், எங்கோ பார்த்த முகம். வேறு யார்? 15 லட்சம் கடிதம் வாங்கித் தந்த நண்பரேதான்.

'சார் மற்ற பேப்பர்கள்...' என்றார்.

'இப்ப அலுவலகம் கிளம்பிக் கொண்டிருக்கிறேனே...!'

'பரவாயில்லை, பேப்பர்களைப் பிறகு கொடுங்கள். ஆனால் ½% தொகைக்கான செக் இப்ப குடுத்திடுங்க'

'இப்பவேயா?'

'ஆமாம். இல்லாவிட்டால் சேங்ஷன் கேன்சல் ஆகிவிடும்'.

'என்னது?

'அரை பர்சண்ட்தான். உங்களுக்கு நட்டமில்லை.'

'அப்படியா?'

'ஆமாம் சார். ரூ.7500/-க்கு செக் குடுங்க. கம்பெனி பேர்ல. 'அக்கவுண்ட் பேயி' தான். பின்னாடி கடன் வாங்கும்போது, நீங்க கட்டும் வட்டியில இந்தப் பணம் அட்ஜஸ்ட் ஆயிடும்.'

இப்போது கொடுக்காவிட்டால் சேங்ஷன் ரத்து ஆகிவிடும் என்கிற வார்த்தைகள் வேலை செய்தன. மடமடவென்று செக் புத்தகம் எடுத்து, ரூ. 7500/- என்று எழுதி கையெழுத்திட்டுக் கொடுத்தேன்.

பின்பு 2 ஆண்டுகள் கழித்துத்தான் வீடு வாங்க முடிந்ததும், அதற்கு வேறொரு வங்கியில்தான் கடன் வாங்கினேன் என்பதும் வேறு கதை. 7500 ரூபாய் என்ன ஆயிற்று என்கிறீர்களா...? என் பங்குக்கு அந்த வங்கிக்குக் கொடுத்த லாபப் பணம்தான். வேறு என்ன?

'உங்களைப் போன்ற உயர் அதிகாரிகளுக்காகவே'

இது முடிவல்ல... தொடர்கதை என்பதற்கு இன்னொரு உதாரணமும் இருக்கிறது. 2007-ம் ஆண்டு. என் அலுவலக மேஜை மேலிருந்த தொலைபேசி அழைத்தது. சென்னையில் இருக்கும் பெரிய நட்சத்திர ஹோட்டல் பெயரைச் சொல்லி, அங்கிருந்து அழைப்பதாகவும், என்னுடன்தான் பேச வேண்டும் என்றும் சொன்னார் அவர். நல்ல ஆங்கிலம், இங்கிதமான பேச்சு.

'என்ன விஷயம்?'

'உங்களைப் போன்ற உயரதிகாரிகளுக்கு என்றே ஒரு சிறப்பு அங்கத்தினர் அட்டை தரப்போகிறோம்....'

இப்படியே போன உரையாடலின் முடிவால், இரண்டே நாளில் நான் ரூ.2500 கொடுத்து சிறப்பு அங்கத்தினரானேன். அந்த நட்சத்திர ஹோட்டலில் உணவருந்தப் போனால், எனக்கு 20% சிறப்புத் தள்ளுபடி. வேறு எந்த நகரத்திலிருக்கும் அந்த

நிறுவனத்தின் ஓட்டலுக்குப் போனாலும் அதே அளவிலான சலுகைகள் உண்டு. என் பிறந்த நாளின்போது அங்கே போய் சாப்பிட்டால் 30 சதவிகிதம் தள்ளுபடி. அங்கத்தினரானதால் கிடைக்கவிருக்கும் சலுகைகள் இவை. சந்தோஷமாக இருந்தது.

ஆனால் இதை எழுதும் இன்றைய தேதி வரை நான் அங்கே போகவேயில்லை. அதற்கு சந்தர்ப்பம் வாய்க்கவில்லை. அங்கத்தினராக தொடர வேறு ஏதும் கட்டணங்கள் கேட்பார் களோ என்கிற பயம் இருப்பதால், நானும் அதோடு விட்டு விட்டேன்.

உணர்வு செய்யும் வேலை

இந்த மூன்று சொந்த அனுபவங்களையும் வருத்தத்துடன் தெரிவிக்கவில்லை. இவற்றை என்னிடம் விற்பனை செய்தவர் களின் வெற்றிகரமான அணுகுமுறைகள் குறித்துத் தெரிவிப்பதற் காகவே எழுதுகிறேன்.

அந்த மூவருமே செய்தது, அந்த நேரத்தில், எனக்கு அந்தப் பொருளின் தேவையை உணர வைத்ததுதான்.

மனிதர்கள் உணர்ச்சியால் உந்தப்படுபவர்கள். பசி, தாகம், காமம், கோபம் போன்றவை மட்டுமல்ல உணர்ச்சிகள். பயம், தற்காப்பு, பேராசை, பொறாமை போன்றவையும் கூட பலமான உணர்வுகள்தான். அவற்றாலும் உந்தப்படுவார்கள். செயல்படு வார்கள், நான் செய்ததைப் போலவே.

எப்படி வெற்றிகரமான விற்பனை செய்வது என்பது, யாரிடம் விற்பனை செய்கிறோம் என்பதைப் பொறுத்தது.

யாருக்காக?

தங்கள் தேவைகளுக்காக மட்டுமா ஒரு பொருளை மக்கள் வாங்குகிறார்கள்? பெங்களூர் பிரிகேட் ரோட் சிக்னலில் பார்த்தோமே, அதை என்னவென்று சொல்வீர்கள்? இதுபோன்ற தருணங்களில் ஒரு பொருளை வாங்குவதற்கான தேவையை அல்லது நெருக்கடியை ஒரு விற்பனையாளர் உருவாக்க வேண்டும்.

'உடம்பிற்கு நல்லது' என்பது பெரிய மந்திர வார்த்தை. 'பத்திரமா பார்த்துக்குங்க' என்று கார்னியர் தலைச்சாயம் (ஹேர் டை) விளம்பரத்தில் இறுதியில் வரும் வார்த்தைகள் பலருடைய,

பாதுகாப்பு உணர்வுகளைத் தொடும் வார்த்தைகள். அதே போல 'லேட்டஸ்ட்', 'ஃபேஷன்', 'புது டிசைன்' என்கிற வார்த்தை களும்.

வாங்குபவர்கள் தனி நபர்களாகத்தான் இருக்க வேண்டுமா என்ன? நிறுவனங்களுக்காக வாங்குபவர்கள் இருக்கிறார்கள். தனக்கென்று தன் சொந்தப் பணத்தில் வாங்கும்போது எதிர்பார்ப் பதைத்தான், தன் நிறுவனத்துக்காக வாங்கும்போதும் எதிர்பார்ப் பார்கள் என்று சொல்ல முடியாது. தனி நபருக்கு 'பில்'லேகூட வேண்டாம். அவர் மட்டும் முடிவு செய்தால் (மனைவி அனுமதி யுடன்!) போதும். ஆனால் நிறுவனங்களில் வாங்கும் விதம் வேறு. அங்கே 'கொட்டேஷன்'கள் வழியாக குறைந்தவிலை சொல்பவருக்கே கொடுக்கும் முறை இருக்கலாம். தவிர முடிவு செய்பவர்கள் ஒன்றுக்கு மேற்பட்டவர்களாகவும், பணம் வர சில நாள்களாகும் என்றுகூட இருக்கலாம்.

நம்மிடம் வாங்குபவரே அந்தப் பொருளைப் பயன்படுத்தினால் அவர் பெயர் நுகர்வோர் (கன்ஸ்யூமர்). நம்மிடம் அதை வாங்கி நுகர்வோரிடம் கொடுப்பவராக இருந்தால், அவர் பெயர் வாடிக்கையாளர் (கஸ்டமர்).

பெப்சி, பிரிட்டானியா, ஹிந்துஸ்தான் லீவர் போன்ற நிறுவன விற்பனையாளர்கள் நுகர்வோரைச் சந்திப்பதில்லை. அவர்கள் ஸ்டாக்கிஸ்டுகளையும், டிஸ்ட்ரிபியூட்டர்களையும்தான் சந்திப் பார்கள். டிஸ்ட்ரிபியூட்டர்கள் கடைக்காரர்களையும், கடைக் காரர், நுகர்வோரையும் சந்திப்பார்கள். வேறுபாடுகள் உண்டு.

மொத்த விற்பனை செய்பவர்கள் சந்திப்பது கடைக்காரர்களைத் தான். சில்லரை விற்பனை செய்பவர்கள்தான் நுகர்வோரைச் சந்திப்பார்கள்.

போட்டி எப்படி?

தனிக்காட்டு ராஜாக்கள்

சில நிறுவனங்கள், அவர்கள் விற்பனை செய்யும் பொருள் அல்லது சேவையில் போட்டியாளரே இல்லாமல் இருப்பார்கள். தனிக்காட்டு ராஜ்ஜியம்தான். அதன் பெயர் 'மோனோபோலி'. அந்தப் பொருள்கள் மக்களுக்கு தேவைப்படும் பொருளாகவும் இருந்துவிட்டால் சேல்ஸ்மெனுக்கு அதிக வேலையிருக்காது.

உதாரணம், சில ஆண்டுகளுக்கு முன்வரை இண்டேன் கேஸ். பிறகுதான் தனியார்களும் கேஸ் விற்பனை செய்யலாம் என்கிற நிலை வந்தது. இன்னமும்கூட நம் நாட்டில் இந்தியன் ரயில்வே ஒரு மோனோபோலிதான். போட்டியே கிடையாது. பிடிக்கா விட்டால் பேருந்திலோ விமானத்திலோ போய்க்கொள்ளலாமே தவிர வேறு ரயில்வே தேடமுடியாது.

இப்படிபட்ட மோனோபோலி நிறுவனங்களில் சேல்ஸ் வேலை சிரமமாக இருக்காது.

ஒரு சிலருக்குள் போட்டி

சிமெண்ட் மற்றும் சில பெரிய வகை எந்திரங்களுக்கு (BHEL தயாரிக்கும் பாய்லர்கள் போன்ற ராட்சத எந்திரங்களுக்கு) அதிகப் போட்டிகிடையாது. விமான சேவைகள் போல, நான்கு, ஐந்து பெரிய நிறுவனங்கள்தான் இருக்கும். அப்படி நிலவும் சந்தை நிலைமைக்கு பெயர், ஓலிகோபோலி. இந்த நிறுவனங்களின் பொருள்கள், சேவைகளை விற்பனை செய்ய சாமர்த்தியம் தேவை. காப்பீடு பாலிசிகள் முன்பு மோனோபோலி வகை யிலும் (LIC மட்டுமே) தற்சமயம் ஓலிகோபோலி வகையிலும் இருந்தன.

சந்தைக்கடை

தடுக்கி விழுந்தால் ஒரு போட்டியாளர் மீதுதான் விழ வேண்டும் என்பதுபோல நிலைமை இருந்தால் அதன் பெயர்தான் மார்க் கெட். தமிழில் சந்தை. உடைகள், அரிசி, காய்கறிகள் மட்டுமல்ல. கார், ஸ்கூட்டர், மோட்டார் சைக்கிள், பிஸ்கெட், மிட்டாய்கள், செருப்பு என்று பெரும்பாலான பொருள்கள் இயங்குவது இந்த முறையில்தான். இதுதான் விற்பனை யாளருக்கு வேலையும், வாய்ப்பும் கொடுத்துக்கொண்டிருப்பது.

காப்பீடும் இப்போது இந்தச் சந்தை வகைக்கு வந்துவிட்டது. காரணம், நம் தேசத்தில் தற்சமயம் மொத்தம் 29 இன்ஷுரன்ஸ் நிறுவனங்கள் இயங்குகின்றன. இதில் தனியார்கள் நடத்தும் 14 ஆயுள் காப்பீட்டு நிறுவனங்கள், ஒன்பது ஏனைய (வாகனம், மருத்துவம் போன்ற) காப்பீடு நிறுவனங்கள் மற்றும் பொதுத் துறை நிறுவனங்கள் ஆறும் அடங்கும்.

2

சேல்ஸ்மென்களும், சேல்ஸ்மென் வேலையும்

வித்தியாசமான வேலை

விற்பனைத் துறையில் வேலை செய்பவர்களுக்கும் அலுவலகத்தில் பிற வேலைகள் செய்பவர்களுக்கும் இடையே பல வேறுபாடுகள் உண்டு. பிறவேலைகளில் ஈடுபடுபவர்கள் ஒரே இடத்தில், நிழலில், நான்கு சுவற்றுக்குள் அமர்ந்துகொண்டு தங்கள் பணிகளைச் செய்வார்கள். ஆனால் சேல்ஸ் வேலை என்பது பலவிதங்களிலும் வித்தியாசமானது.

நாளெல்லாம் அலைச்சல், கிடைத்த இடத்தில் சாப்பாடு, அதுவும் எப்போதென்று உறுதியாகச் சொல்ல முடியாது. ஒரு சில நாள்கள் எதுவுமே சரியாக அமையாது. இரையே கிடைக்காது. வயிற்றுக்கு மட்டுமல்ல, வியாபாரத்துக்கும்தான். அப்போது சிலருக்கு அலுப்பு வந்துவிடும். மாதக் கடைசி என்பது மாதச் சம்பளக்காரர்களுக்கே காசு பற்றாக்குறை நேரம் என்று சொல்வதுண்டு. விற்பனை வேலையில் இருப்பவர்களுக்கு அந்தப் பதற்றம் மட்டுமல்ல, மற்றொரு பரபரப்பும் வந்து சேரும். அது, இலக்கு (டார்கெட்) முடிப்பது.

ஒவ்வொரு மாதமும் 'இவ்வளவு' விற்பனை செய்தாக வேண்டும் என்கிற கட்டாயம் விற்பனையாளர்களுக்கு உண்டு. மாதத் தொடக்கத்தில், 'டார்கெட் முடிக்க இன்னும் நிறைய

நாள்கள் இருக்கின்றன' என்றிருக்கிற நினைப்பு, மாத முடிவு நெருங்க நெருங்க பதற்றமாக மாறும்.

நல்ல அளவு விற்பனை செய்தால், இன்சென்டிவ் கிடைக்கும். அப்படி ஒரு தொகை கிடைத்தால், உடன் பணிபுரிவோருக்கு விருந்துதான் (விடமாட்டார்கள். 'என்ன மாப்ளை நிறைய காசு வந்திருக்கு போலருக்கு' என்று சமயத்தில் கிடைத்த தொகையை விட கூடுதலாகவே செலவழிக்க வைப்பார்கள்!).

எல்லாம் சரியாகப் போகிற வரை சரிதான். ஆனால், தொடர்ந்து சில மாதங்கள், என்ன காரணத்துக்காக இருந்தாலும் சரி, விற்பனை குறைந்தால், ஆட்குறைப்பில் நிறுவனத்தின் முதல் இலக்கு விற்பனையாளர்கள்தான். வேலை போய் விடும்.

மற்ற வேலை செய்பவர்களுக்கு இல்லாத மற்றொரு தொல்லை, சேல்ஸ் வேலையில் இருப்பவர்களுக்கு ஆகும் கூடுதல் செலவுகள். இந்த வேலையில் அதிலும் குறிப்பாக, 'பீட் ஆன் ஸ்டிரீட்' ல் இருப்பவர்களுக்கு மற்ற ஊழியர்களுக்கு இல்லாத செலவுகள் உண்டு. வண்டிக்கு பெட்ரோல், கூடுதல் தொலை பேசி அழைப்புகள், அவ்வப்போது டீ, காபி. பார்ப்பதற்கு பளிச்சென இருக்கும்படி தோற்றமளிக்க சில ஏற்பாடுகள், உடைகள், டை, ஷு. அதற்குப் போடவேண்டிய பாலிஷ். இவற்றில் எதையும் தவிர்க்க முடியாது. ஏற்ற பாத்திரத்துக்கு ஏற்ப வேஷம் போட்டுத்தான் ஆகவேண்டும்.

109 டிகிரி வெயிலோ, தொடர்ந்து கொட்டுகிற மழையோ... உடல் நலக்குறைவோ. விற்பனை இலக்குகள் மாறாது. வெளி யில் போய்த்தான் ஆகவேண்டும். இலக்குகளை அடைந்துதான் ஆகவேண்டும்.

விற்பனையாளர் வேலை என்பது முழு சுதந்தரமான வேலை என்றும், எப்போது வேண்டுமானாலும் வேலைக்குப் போக லாம்; வேலை நேரம் முடியும் முன்பாகவே அலுவலகத்தில் இருந்து கிளம்பி விடலாம். கேட்டால் 'வாடிக்கையாளரைப் பார்க்கப் போனேன், போகிறேன்' என்று சொல்லிக் கொள்ள லாம். அரட்டையடிக்கலாம். அவ்வப்போது டீ, காபி அருந்தப் போகலாம் என்றெல்லாம் சிலர் நினைத்துக்கொண்டிருக்கலாம்.

இப்படிச் செய்பவர்கள் சிலர் உண்டுதான். ஆனால் அவர்கள் அதிக நாள் வேலையில் நீடிப்பது இல்லை. போறாத

விற்பனையால், அவர்கள் சீக்கிரமே வேறு வேலை தேட வேண்டி வருகிறது. உண்மையில், மற்ற வேலைகளைக் காட்டிலும், சேல்ஸ் வேலை கூடுதல் நேர உழைப்பு கேட்கும். கூடுதல் நேரத்தினை எதில் செலவழிக்க வேண்டும், எவ்வளவு நேரம் என்பதை அவர்களே முடிவு செய்து கொள்ளலாம் என்பது தவிர, அது உழைப்பே தேவைப்படாத வேலையல்ல.

அப்படியென்றால் சேல்ஸ் வேலை சிரமம்தான் போலிருக்கிறது என்று சிலருக்கு தோன்றலாம்.

இல்லை.

எந்த வேலையில் தான் பிரச்னையில்லை? யாருக்குத்தான் எல்லாம் சுலபமாக இருக்கிறது! என்று யோசித்துப் பார்த்தால் இவையெல்லாம் ஒன்றுமேயில்லை என்பது புரியும். இவற்றை எல்லாம் சிரமமாகவே கருதாதவர்கள் தான் சேல்ஸ் மக்கள். காரணம், இந்தச் சிரமங்கள் சாதாரணம் என்று எண்ணவைக்கும் அளவு, இவற்றில் வாய்ப்புகளும், வெகுமதிகளும் குவிந்து கிடக்கின்றன.

அவர்களால் முடியும்

ஒரு நிறுவனம் பெரிய நிறுவனமோ சிறிய நிறுவனமோ, பிரபல மானதோ, பிரபலமில்லாததோ. தொன்மையானதோ அல்லது புதிய நிறுவனமோ, அதன் பொருளின் தரம் பிரமாதமோ, சுமாரோ, விலை, விளம்பரங்கள் போன்றவை சாதகமோ இல்லையோ... இவை எல்லாவற்றையும் தாண்டி, அதன் வெற்றியைத் தீர் மானிக்கக் கூடிய மிக முக்கியச் சக்தியாக இருக்கக்கூடியவர்கள் ஒரு நிறுவனத்தின் விற்பனையாளர்கள்தான்.

மிக மோசமான, தரம் குறைந்த பொருளை அல்லது மிக அதிக விலையுள்ள பொருளை நல்ல விற்பனையாளர்களால் கூட விற்க முடியாமல் போகலாம். ஆனால் Other things being equal என்பார்களே அப்படி, மற்றவை அனைத்தும் (போட்டியாளர் களின் பொருள்களும் நமது பொருள்களும்) ஒரே போல இருக்க, விற்பனையாளர்கள், பெரிய வேறுபாட்டினைக் காட்டி விடுவார்கள்.

இதற்கு நிறைய உதாரணங்கள் இருக்கின்றன. உலக அளவில் ‘கோக்’தான் பெரிய பிராண்ட். மொத்த விற்பனையிலும்

அதற்கே வெற்றி. போட்டியாளர் பெப்சியோ வளர்ந்துவரும் நிறுவனம். உலகம் முழுக்கவே கோக்கும் பெப்சியும் ஒத்தைக்கு ஒத்தைதான். பல நாடுகளிலும் பெரியண்ணன் கோக்தான். இந்தியாவில் மட்டும் அதன் நிலைமை வேறாக இருக்கிறது. இங்கே பல ஆண்டுகாலமாக பெப்சிதான் முன்னணியில். காரணம், அதன் விற்பனையாளர்கள்தான் என்று சொல்லலாம். எப்படி?

கோக் மற்றும் பெப்சி, இரண்டு பிராண்ட் பானங்களையும் இரு டம்ளர்களில் ஊற்றி, அதனை எவரிடமாவது கொடுத்து, குடித்துப் பார்த்து, எது கோக், எது பெப்சி என்று சொல்லச் சொன்னால், அவரால் சரியாகச் சொல்லிவிடமுடியுமா?

இரண்டிலும் பெரிய வேறுபாடுகள் இல்லை. இரண்டும் கிட்டத் தட்ட ஒன்றேதான். (விளம்பரங்களைக் கவனியுங்கள். அதைப் பற்றிய பேச்சு இருக்காது) ஆனால் விற்பனை எண்ணிக்கையில் பெரிய வேறுபாடுகள் உண்டு. ஏன்? என்ன காரணம்? மார்க் கெட்டிங் கூட இல்லை. இரண்டு நிறுவனங்களுமே நிறைய விளம்பரங்கள் செய்கின்றன. வேறுபாடு, விற்பனையாளர்கள், Sales Team மட்டுமே.

பொருள் / சேவை எப்படி என்பது மட்டுமல்ல. அதனை யார் கொடுக்கிறார்? எப்படிக் கொடுக்கிறார்? கொடுப்பவர் எப்படி நடந்து கொள்கிறார்? என்ன பேசுகிறார்? இவை எல்லாமும் சேர்ந்துதான் விற்பனை. அவை பிடித்துப் போனால், விற்பனை தொடரும். வளரும், பெருகும். அவற்றைச் செய்வது விற்பனை யாளர்களே.

உனக்காக எல்லாம் உனக்காக

பங்குத் தரகர் நிறுவனங்கள் பற்றித் தெரிந்திருக்கலாம். NSE மற்றும் BSE போன்ற பங்குச் சந்தையில் பங்குகள் வாங்க, விற்க வாடிக்கையாளர்கள் விருப்பப்படுவார்கள். அதனை அவர்கள் எந்தத் தரகர்கள் (புரோக்கர் நிறுவனங்கள்) மூலமும் செய்யலாம். சேவைக் கட்டணம் கிட்டத்தட்ட ஒரேபோலதான். இப்படி ஒரேவிதமான சேவையைக் கொடுத்துக்கொண்டு இருந்தாலும் அவற்றில் சில நிறுவனங்கள் மட்டும் கொழிக்கவும் ஏனைய பல நிறுவனங்கள் போதிய விற்பனை இன்றித் தவிக்கவும், என்ன காரணம்? ஒரே வேறுபாடுதான். விற்பனையாளர்கள்.

சில விற்பனையாளர்கள், அவர்களுடைய பதவி ஊதியம், ஊக்கத் தொகை போன்ற காரணங்கள் மற்றும் திருமணம், பெற்றோருடன் இருக்க வேண்டிய நிலை, மேற்படிப்பு போன்ற காரணங்களுக்காகவும் வேலை மாறுவார்கள். வேறு தரகு நிறுவனத்தில் சேருவார்கள். அதன் பிறகு என்ன நடக்கும் தெரியுமா? அவர்களுடன் சேர்ந்து, அவர்களின் தொடர் சேவைக் காகவே வாடிக்கையாளர்கள் சிலரும் தங்கள் வியாபாரத்தை விற்பனையாளர் சேரும் புதிய நிறுவனத்துக்கு மாற்றிக் கொள்வார்கள். அதுதான் விற்பனையாளர்களின் 'பர்சனல் டச்'.

எல்லோரும் விற்பனையாளரே!

1987. கொல்கத்தாவில் உள்ள பார்க் ஸ்டிரீட். அங்கே இருந்த ஒரு கட்டிடத்தில் பர்சனல் மேனேஜ்மெண்ட் முதுகலை டிப்ளமோ இறுதி ஆண்டுக்கான நேர்முகத் தேர்வு (Viva Voce) நடந்தது. நானும் இன்னும் சிலரும் அதில் கலந்து கொண்டுவிட்டு, பிறகு ஓர் உணவு விடுதியில் தேநீர் அருந்திக் கொண்டிருந்தோம். யார் யாரை என்ன கேள்விகள் கேட்டார்கள், எப்படிப் பதில் சொன்னோம் என்று எங்களுக்குள் பேசிக் கொண்டிருந்தோம்.

அப்போது அஜய் என்கிற ஒருவன் சொன்னான். 'நான் ஒரு சேல்ஸ்மேன். (அப்போது அவன், நாக்பூரில் உள்ள ஒரு நிறு வனத்தின் விற்பனைப் பிரிவில் வேலை செய்து கொண்டிருந் தான்). அதன்படி பார்த்தால் இண்டர்வியூவில் நான் என்னை சிறப்பாக விற்பனை செய்துவிட்டேன் என்றுதான் நினைக்கிறேன்'.

நேர்முகங்களில் மட்டுமல்ல. இன்னும் பல இடங்களிலும் பலரும் எதையாவது விற்றுக்கொண்டுதான் இருக்கிறோம். சென்னை மந்தைவெளியில் இருக்கும் ஒரு முடி திருத்தும் நிலையத்துக்குப் போயிருந்தேன். தலைமுடிக்கு சாயம் பூசி முடித்தாயிற்று. அரை மணிநேரம் கழித்துதான், அதனை ஷாம்பு போட்டுக் கழுவிவிடுவார்கள். அந்த காத்திருக்கும் நேரத்தினை கழிக்க அந்த காத்திருக்கும் நேரத்தினை கழிக்க முன்பெல்லாம் கையில் புத்தகங்கள் கொடுப்பார்கள். படித்துக்கொண்டிருக் கலாம்.

அன்றைக்கு வித்தியாசமாக, அங்கே பணி புரிந்தவர் என்னைக் கேட்டார்.

‘சார் பெடிக்கெர் செய்துகொள்கிறீர்களா?’

‘அப்படி என்றால்?’

‘கை கால் விரல் நகங்களை திருத்திக்கொள்வது, சுத்தம் செய்து கொள்வது. 100 ரூபாய்தான்’ என்றார்.

அங்கே அமர்ந்திருக்கும் அந்த அரை மணிநேரத்தில் என்னைப் போன்ற வாடிக்கையாளர்களுக்கு என்னென்ன சேவை (வியாபாரம்) செய்யலாம் என்று யோசித்திருக்கிறார்கள். முடி திருத்துபவர்தான் அங்கே விற்பனையாளர். அவர் கேட்கும் முறை, அதனை விளக்கும் முறை போன்றவற்றால் அவர் பெரும்பாலானவர்களைச் சம்மதிக்க வைத்துவிடுகிறார்.

முடிதிருத்தும் நிலையங்களில் மட்டுமல்ல. ஸ்கூட்டர், கார்களை ரிப்பேர் செய்யவிடும் இடங்களில், பெரிய உணவகங்களில் என்று பல இடங்களிலும் இப்படிப்பட்ட கூடுதல் விற்பனை முயற்சிகள் நடக்கின்றன. எல்லோராலும் சிறப்பாக விற்பனை செய்துவிடமுடியாது. சிலர் திறமையான விற்பனையாளர்கள். வேறு சிலர் சுமாரான விற்பனையாளர்கள். படு சுமாரானவர் களும் உண்டு.

சரி, சிறந்த விற்பனையாளர்களுக்கு என்று ஏதேனும் பொது வான குணங்கள் உண்டா?

சிறந்த விற்பனையாளர்கள்

பார்ப்பதற்கு இனிமையானவர்கள். ஆகவே விற்பனைத் தொடர்பில் அவர்கள் சுலபமாக அனுகூலம் பெறுகிறார்கள். முகத்தில் கடுகடுப்பு இன்றி, பேச்சில் எரிச்சல், வருத்தங்கள் இல்லாமல், ‘உங்களுடன் பேசுவதில் மகிழ்ச்சி’ என்று தெரிவிக்கும் விதமான முகபாவத்துடன் வாடிக்கையாளர்களை அணுகுகிறார்கள், எதிர்கொள்கிறார்கள்.

தோற்றத்திலும் நேர்த்தியாக இருக்கிறார்கள். அதற்காக முயற்சிகள் எடுக்கிறார்கள். சில வெற்றிகரமான விற்பனையாளர் கள் பேஃசியல் எனப்படும் முகப்பொலிவு கூட செய்துகொள்கி றார்கள் என்றால் பார்த்துக் கொள்ளுங்கள். விடாமல் உடற்பயிற்சிகள் செய்வது, மிக நேர்த்தியான உடைகளையே கவனமாகத் தேர்வு செய்து அணிவது போன்ற தோற்றம் தொடர்பானவை மட்டுமல்ல.. இவை மட்டுமல்ல. விற்பனை

தொடர்பான பயிற்சிகள் பெறுவது என்று திறன் மேம்பாடுகளும் செய்து கொள்கிறார்கள்.

விற்பனையாளர்கள் சமாளிக்க வேண்டிய முக்கியமான ஒன்று, போட்டி. பிற போட்டி நிறுவனங்களின் விற்பனையாளர்களைச் சமாளித்தாக வேண்டும். நம்மோடு போட்டியில் இருக்கும் போட்டியாளரை விட சாமர்த்தியமாக நடந்து கொண்டால் போதும். நம் விற்பனை நடக்கும். மராத்தான் ரேஸ் போல தொடக் கத்தில் பலருடன் இடித்துக்கொண்டுதான் ஓடவேண்டியிருக்கும். ஆனால் போகப் போக, வெற்றியாளர்களுக்கும் மற்றவர்களுக்கு மான இடைவெளி அதிகரித்துக்கொண்டே போகும். காரணம், அந்த சிலரின் அணுகுமுறைகளும் பயிற்சியும் அப்படி.

1980களில் பெல் நிறுவனத்தில் ஒரு கேஷியர் இருந்தார். நிறு வனத்தில் அவருடைய மாத ஊதியம் மிஞ்சி மிஞ்சிப் போனால் ரூ. 2500 இருந்தால் அதிகம். இப்போது போல் இல்லை, அப்போ தெல்லாம் கார் வைத்திருப்பவர்கள் பெரிய பணக்காரர்கள்.

அந்த கேஷியர் கார் வைத்திருந்தார். அதுவும் பியட் கார். பெரும்பாலும் வசதியானவர்கள்தான் பியட் வைத்திருப்பார்கள். 'ஆமாம், அவருக்கு எப்படி அப்படி ஒரு வசதி?'

அவர் ஒரு விற்பனையாளர். அவர் மனைவி (பெயரில் அவர்) ஒரு எல்.ஐ.சி. முகவர். கார் மட்டுமல்ல, அப்போதே வருமான வரியும் கட்டியவர் அவர். அந்த அளவுக்கு வருமானம். காரணம், ஆற்காடு, ஆம்பூர் போன்ற ஊர்களில் இருந்த பெரிய பெரிய தொழிலதிபர்கள் எல்லாம் அவருடைய வாடிக்கையாளர்கள். அவர் மூலம்தான் பெரிய பெரிய தொகைகளுக்கு காப்பீடு பாலிசிகள் எடுத்திருப்பார்கள். அதனால் அவருக்கு அதிக கமிஷன் கிடைத்தது. அப்போதே அவர் MDRT (மில்லியன் டாலர் ரவுண்ட் டேபிள்) எனப்படும் உயர்ந்த அளவு பாலிசிகள் பிடித்த முகவர்களின் குழு அங்கத்தினர்.

அதே காலகட்டத்தில், அதே தொழிலகத்திலேயே கூட இன்னும் பலரும் கூட அதேவிதமாக எல்.ஐ.சி முகவர்களாக இருந்தார்கள் தான். ஆனால் அவர்கள் எல்லாம், அவர் போல வருமானம் பார்க்கவில்லை. காரணம் அவருடைய உழைப்பு. வெறும் உழைப்பல்ல. அதில் வியர்வை மட்டுமே வரும். திட்டமிட்ட உழைப்பு. எது நன்றாகக் காய்த்திருக்கும் மரமோ, அதில்தான்

கல்லெறிவார். அவருடைய எந்தக் கல்வீச்சும் வீணாகாது. கொத்துக் கொத்தாக விழும். தொடர்ந்து நல்ல அறுவடை செய்தவர். நல்ல அறுவடைகள் மட்டுமே செய்தவர்.

சென்னையில் கார்த்திகேயன் என்று ஒரு முகவர் இருக்கிறார். அவரும் சாதனையாளர்தான். அவர் படித்தது பொறியியல். எஞ்சினியரிங் படிப்பு. ஆனால் அவருக்கு ஆர்வமெல்லாம் இன்ஷுரன்ஸ் துறையில் விற்பனையாளர் ஆகவேண்டும் என்பதுதான். அதிலுள்ள விதிமுறைகள், கிடைக்கும் பலன்கள் அனைத்தும் அவரைக் கவர்ந்தன. கார்த்திகேயனுடைய இளவயதிலேயே அவருடைய தந்தை தவறிவிட்டார். அவருடைய தாய்மாமன் உதவினார். கார்த்திகேயன் வாழ்க்கையில் நன்றாக வரவேண்டும் என்கிற அக்கறையால் அவரை செலவழித்து என்ஜினியரிங் படிக்க வைத்தார். எனவே இன்ஷுரன்ஸ் துறையில் கார்த்திகேயன் நுழைவதில் அவருக்கு விருப்பமில்லை. ஆனால் கார்த்திகேயனுக்கு இருந்த அலாதியான ஆர்வத்தாலும் நம்பிக்கையாலும், வீட்டைவிட்டே வெளியேறி விட்டார். இன்றைக்கு அவர் மிகவும் வெற்றிகரமான விற்பனையாளர். அவரோடு பொறியியல் படித்துவிட்டு பாதுகாப்பான நிரந்தரமான வேலைகளுக்குப் போனவர்களைவிட மூன்று நான்கு மடங்கு அதிகம் சம்பாதிக்கிறார்.

காளிச்சாமி என்று கோவையில் ஒரு முகவர் இருக்கிறார். அவர் முன்பு ஒரு விறகு கடையில் வேலை செய்தார். இரவு கடையின் வெளியேதான் தூங்குவார். தினமும் எதிர்காலம் பற்றி யோசிப்பார். அவருக்கு LMW நிறுவனத்தில் கேஷியர் வேலை கிடைத்தது. பலருக்கும் கற்றை கற்றையாகப் பணம் எண்ணிக்கொடுக்கும் வேலை. அப்போது பணம், சம்பாத்தியம் பற்றி மேலும் அதிகமாக யோசிக்கத் தொடங்கினார்.

மேல்படிப்பு படித்தால் உயர்ந்த வேலைக்குப் போகலாம், கூடுதல் சம்பளம் கிடைக்கும் என்று எண்ணினார். ICWA படிக்கத் திட்டமிட்டார். தீவிரமாக யோசித்தார், ஏன் தலையைச் சுற்றி மூக்கினைத் தொடவேண்டும்? நேரடியாகவே தொடலாமே! பணம்தானே வேண்டும் என்று யோசித்து அதனால் எல்.ஐ.சி. யில் முகவராக சேர்ந்தார். இன்றைக்கு மிக நல்ல நிலையில் இருக்கிறார். அவர் முன்பு வேலை பார்த்த, இரவானால் தஞ்சம் அடைந்த அதே விறகு கடைக் கட்டிடத்தினையே விலைக்கு வாங்கிவிட்டார்.

எங்கே யாரும் சாதிக்கலாம். படிப்பு இருந்தால் நல்லது. ஆனால் அது இருந்தால்தான் என்பதில்லை. கிராமப்புறங்களில் இருப்பவர்கள், எல்.ஐ.சி யில் முகவராக சேர, 10 வது தேர்வாகி யிருந்தால் போதும். நகர்புறங்களில் +2 தேர்வாகியிருந்தால் போதும். விற்கும் திறன்தான் முக்கியம். பெரிய படிப்பு அல்ல.

சேல்ஸ் வேலைக்கு

உலகின் மிகச் சிறந்த நிறுவனங்களின் பட்டியல்கள், பார்ச்சூன் 500, ஃபோர்ப்ஸ் 500 என்று பல இருக்கின்றன. ஃபோர்ப்ஸ் 500 பட்டியலில் உள்ள 500 நிறுவனங்களில், 50 நிறுவனங்களின் முதலாளிகள் பள்ளிப்படிப்பு மட்டுமே படித்தவர்கள். அவற்றில் மூன்றில் இரண்டு பங்கு சாதனையாளர்கள் ஏழையாக இருந்து பணக்காரர்கள் ஆனவர்கள் (நமது முகேஷ் அம்பானி, இன்ஃபோசிஸ் நாராயண மூர்த்தி, ஏர்டெல் மிட்டல் போல).

பென் பீல்ட்மென், நியுயார்க் லைப் இன்ஷூரன்ஸில் மிகப் பெரிய விற்பனைச் சாதனையாளர். அவர் தொடக்கத்தில் முகவர் தேர்வு எழுதிய போது, அதில் தோல்வியுற்றவர்.

ஆக, திறமையிருக்கிறது. நம்மால் முடியும் என்கிற நம்பிக்கை யும் இருக்கிறது. எதனாலோ பெரிய படிப்புகள் படிக்க முடியவில்லை. ஆனால் சாதிக்க வேண்டும் என்கிற வேகம் இருக்கிறது என்றால், விற்பனையாளர் வேலைகளை தாராள மாக எடுத்துக்கொள்ளலாம்.

தொடர் கல்வி

படிப்புதான் அவசியமில்லை என்கிறோமே தவிர, (இருந்தால் நல்லதுதான். இல்லாவிட்டாலும் பாதகமில்லை), கற்றுக் கொள்ளத் தடையில்லை என்று சொல்லவில்லை. எதனை சிறப் பாக செய்த பிறகும் கற்றுக் கொள்ளத்தான் வேண்டும். விற் பனை வேலை விதிவிலக்கல்ல. பெரிய நிறுவனங்களில் பணி புரிபவர்களுக்கு, நிறுவனமே பொருள்கள் பற்றிய பயிற்சியும் விற்பனை திறன் பயிற்சிகளும் கொடுக்கும்.

தவிர சில அமைப்புகளும் அவர்களாக முன்வந்து பயிற்சிகள் கொடுக்கிறார்கள். உதாரணத்துக்கு கோயம்புத்தூரிலும் சென்னையிலும் சீனுவாசன் வழிகாட்டுதலில் லூகி (Life Insurers Guild of India) என்கிற அமைப்பு காப்பீட்டுத்

துறையில் இருப்பவர்களுக்கு பயிற்சி வகுப்புகள் கூட்டங்கள் நடத்துகிறது.

எல்.ஐ.சி, ஸ்ரீலங்காவின் முன்னாள் தலைவர் திரு கோபிநாத், 'கோ பாஸ்ட் (Go Past)' என்றொரு நிறுவனம் தொடங்கி அதன் மூலம் பயிற்சிகள் கொடுக்கிறார். சென்னையில் ஓய்வு பெற்ற மூத்த வளர்ச்சி அலுவலர் திரு சந்திரசேகர், 'KC Academy' என்று ஒரு பயிற்சிக்கூடமே வைத்துள்ளார். திருப்பூரில், மூத்த வளர்ச்சி ஆய்வாளர் திரு அலாவுதீன் 'இமயம்' என்று ஒரு அமைப்பு வைத்து பயிற்சிகள் கொடுக்கிறார்.

P. அசோக் என்கிற உடுமைலைப் பேட்டையைச் சேர்ந்த LIC டெவலப்மெண்ட் ஆபீசர், 'டார்கெட் (Target)' என்கிற ஒரு அமைப்பினை தொடங்கி, ஆண்டுதோறும் சிறந்த விற்பனை யாளர்கள் பேச்சாளர்கள், பல்துறை வல்லுனர்களை அழைத்து, பயிற்சி வகுப்புகள் நடத்துகிறார். அவருடன் இணைந்திருப்பவர் களுக்கு அது பலன் கொடுக்கிறது.

சென்னையில் சஞ்ஜீவி, தவே போன்ற பல எல்.ஐ.சி. வளர்ச்சி அலுவலர்களும், தேவைப்படும் போதெல்லாம் பயிற்சிக் கூட்டங்களுக்கு ஏற்பாடுகள் செய்துகொள்கிறார்கள்.

3

திட்டமிட்டு விற்பது

சேல்ஸ்மென் வேலையில் திட்டமிடுவது என்பது மிக முக்கிய மானது. திட்டமிட்டு அதன்படி நடப்பவர்களால், அவர்களை விட திறமையானவர்களைக் காட்டிலும் கூடுதலாக சாதிக்க முடியும். திட்டம், அதனைக் கடைப்பிடிக்கும் ஒழுங்கு. இவை இரண்டும் வெற்றிக்கு உத்திரவாதம். விற்பனை வேலையிலும் இந்த விதி வேலை செய்யும்.

திட்டமிடல்

அதென்ன திட்டம்? ஒவ்வொரு நாளும் யாரையெல்லாம் (விற்பனைக்காக) சந்திப்பது என்பதை முன்கூட்டி யோசித்து முடிவு செய்துகொள்வது. அவ்வளவுதான்.

Being Organized என்பார்கள். யாரை, எப்போது சந்திப்பது என்று முன்கூட்டியே யோசித்து முடிவு செய்து வைத்துக் கொள்வது. லேனா தமிழ்வாணன் அவர்களையும் அவரது சகோதரர் ரவி தமிழ்வாணன் (மணிமேகலை பிரசுரம்) அவர்களையும் தெரியாமல் இருக்க முடியாது. 2001 ம் ஆண்டு என்று ஞாபகம். ஒரு முறை, தி.நகரில் இருக்கும் அவர் களுடைய பதிப்பகத்தில் பேசிக்கொண்டிருந்தபோது, அவர் களுடைய இலங்கை பிரயாண திட்டத்தைப் பார்க்க நேர்ந்தது. ஒரு பத்துநாள் பயணம். புத்தகக் காட்சி மற்றும் ஒன்றிரண்டு சொற்பொழிவுகள், நண்பர்கள் வீடுகளில் தங்கல், சந்தித்தல்

என்று சொன்னார் ரவி. அதற்கான திட்டம் என்று டைப் செய்யப்பட்டிருந்த ஒரு தாளை கொடுத்தார். என்ன, ஒரு அரைப் பக்கத்துக்குள் அடங்கி விடக்கூடியதாகத்தான் இருக்கும் என்று நினைத்து வாங்கினேன், பார்த்தேன்.

A4 அளவு தாளில் மொத்தம் நான்கு தாள்கள் இருந்தன. முன்னும் பின்னுமாக அதன் எட்டுப் பக்கங்கள் முழுவதும், வரிவரியாக, (குறைந்தது பக்கத்துக்கு 32 வரிகளாவது இருக்கும்). நாள், நேரம், இடம் குறிப்பிட்டு யார் யாரைச் சந்திப்பது என்கிற தகவல்கள் இருந்தன. அசந்து போனேன்.

என்ன ஒரு விவரமான திட்டமிடல்! அதுவும் அவ்வளவு முன் கூட்டி!! கிட்டத்தட்ட 20 நாள்கள் முன்பாகத்தான் நான் அதனைப் பார்த்தேன். திட்டம் ஆயத்தமாகி பல நாள்கள் ஆகியிருக்கும்.

அவ்வளவு விவரமாக திட்டமிடப்பட்டிருந்த அந்த ஒரு பயணம், அவர்களுக்கு எவ்வளவு பயனுள்ளதாக அமையும் என்று நினைத்து வியந்தேன். அது எப்படிச் சாத்தியம் ஆனது? அந்தப் பத்து நாள்களும் தரக்கூடிய பயனுக்காக, அவர்கள், முன் கூட்டியே பல நாள்கள் வேலை செய்திருந்தார்கள். அதனால் பயணத்தின்போது நினைத்ததை முடித்திருப்பார்கள். நிச்சயம் எந்தத் தடங்கலும் குழப்பங்களும் ஏற்பட்டிருக்காது.

'கோர்மைண்ட்' என்று ஒரு மேலாண்மை பயிற்சி நிறுவனத்தை உதயகுமார் என்பவர் நடத்தி வருகிறார். சுமார் 50 நபர்கள் கலந்து கொள்ளக் கூடிய (இரண்டு நாள்களுக்கு, ஆளுக்கு ரூ.16000 + சேவை வரி) பயிற்சி வகுப்புகள் நடத்துவார். அதில் ஒருமுறை நானும் கலந்து கொண்டேன்.

பயிற்சியின் முதல் தினம், காலை எட்டரை மணிக்குப் பயிற்சி நடைபெறும் கூடத்திலேயே பதிவு தொடங்கும் என்றும் அதை ஒன்பது மணிக்குள் முடித்துக்கொண்டு, எல்லோரும் அவரவர் இருக்கைகளில் அமர்ந்துவிடவேண்டும்; பயிற்சி சரியாக காலை 9 மணிக்கு தொடங்கிவிடும் என்றும் அவர் அனுப்பியிருந்த மின்னஞ்சலில் தெரிவித்திருந்தார்.

என்ன ஆச்சரியம்! 8.30க்கு வரத்தொடங்கி, 8.45க்கு எல்லோரும் இருக்கைகளில் அமர்ந்துவிட்டார்கள். முன்பின் தெரியாத, பல்வேறு நிறுவனங்களில் பணிபுரியும், பல்வேறுவிதமான நபர்களும் அங்கு சரியாக வந்தது எப்படி?

பயிற்சி வகுப்புக்கான திட்டமிடலும் ஏனைய வேலைகளும், எத்தனையோ தினங்களுக்கு முன்பிருந்தே வரையப்பட்டவை. ஒவ்வொரு நபருக்கும் பல மின்னஞ்சல்கள். ஒவ்வொன்றிலும், நேர ஒழுங்கு குறித்த நாசூக்கான வரிகள். ஒவ்வொருவருடைய பெயர் எழுதி, ஒவ்வொருவருக்கும் தனிப்பட்ட மின்னஞ்சல்கள். அதில் தொனித்த அக்கறை மற்றும் இப்படித்தான் நடக்கும் என்பது தெளிவாக சொல்லியிருந்தது. இவைதான் அந்த நிகழ்ச்சி குறித்த நேரத்தில் தொடங்கியதற்கும் வெற்றிகரமாக நடை பெற்றதற்கும் காரணம்.

லேனா தமிழ்வாணன், ரவி தமிழ்வாணன் மற்றும் கோர்மைண்ட் உதயகுமார் மட்டுமல்ல. நாமும் வேலைகள் குறித்து சரியாகத் திட்டமிட்டுக்கொண்டால் நிறைய சாதிக்கமுடியும்.

விற்பனையாளர்களின் முக்கிய வேலை, பொருளின் விற்பனைக் காக பல தரப்பட்ட மனிதர்களைச் சந்திப்பது. இதை எப்படி ஒழுங்குபடுத்துவது?

ஒரு வாரத்துக்குத் திட்டமிடலாமா?

ஒரு வெள்ளைத் தாளெடுத்து அல்லது ஒரு நோட்டுப் புத்தகத்தில் வரிசையாக எழுதுகிறோம். (படிவம் 1- பின் இணைப்பில்) யார் யாரைச் சந்திக்கவேண்டும் என்கிற விவரம் அடங்கிய பட்டியல். அவர்கள் எங்கிருக்கிறார்கள், எப்போது சந்திக்கப்போகிறோம் என்ற விவரங்களுடன் விரிவாக ஒரு பட்டியல் தயார் செய்கிறோம்.

ஒரு வாரத்தில் சுமாராக எத்தனை நபர்களைச் சந்திக்க முடியும்? இது நபருக்கு நபர் பல்வேறு காரணங்களுக்காக வேறுபடலாம். நமக்கு ஒத்துவரும் சரியான எண்ணிக்கையை முடிவு செய்து கொள்ள வேண்டும். ஒரு வாரத்தில் சுமாராக 40 நபர்கள் வரை சந்திப்பது சாத்தியமே. அதற்கு மேலும் சந்திப்பவர்கள் இருக்கிறார்கள்.

இந்த நபர்களைச் சந்திக்க வசதியான இடம் எது? நேரம் என்ன? அவற்றையும் அவர்கள் பெயர்களுக்கு அருகிலேயே குறித்துக் கொள்ள வேண்டும். அடுத்து, அவர்களின் தொடர்பு முகவரி, மின்னஞ்சல் அல்லது தொலைபேசி, கைப்பேசி எண் போன்ற தகவல்களையும் பெயருக்குப் பக்கத்தில் குறித்துக் கொள்ள வேண்டும்.

இதோடு வேலை முடிந்துவிடவில்லை. இன்னும் இருக்கிறது. அடுத்து (இயன்றவரை) அவர்களை கைப்பேசி/தொலைபேசி மூலம் தொடர்பு கொண்டு, அவர்களை சந்திக்க வருவதைத் தெரிவித்து முன்கூட்டியே அப்பாயின்ட்மெண்ட் கேட்கலாம். அப்பாயின்ட்மெண்ட் பெற்றுப் போவதால் இரண்டு நன்மைகள். ஒன்று, 'சந்திக்கப் போகும்போது, அவர் இருப்பாரா மாட்டாரா? இருந்தாலும் பேச நேரம் கொடுப்பாரா?' என்பது போன்ற தயக்கங்கள் நம்மிடம் இருக்காது. தைரியமாகப் போகலாம். அடுத்தது, கிளம்பிப் போயும் ஒருவரை சந்திக்க முடியாமல் போய், அதனால் நமக்கு நேரக்கூடிய நேரம் / உழைப்பு விரயம் போன்றவற்றையும் முழுமையாகத் தவிர்த்துவிடலாம்.

முன்கூட்டியே நேரம் கேட்டுத் தொடர்பு கொள்ள முடியாதவர் கள் மற்றும் அப்படி விண்ணப்பித்துத்தான் போகவேண்டும் என்கிற நிலையில் இல்லாதவர்களிடம் (எங்கேயும் போய்விட மாட்டார்கள். அங்கேதான் இருப்பார்கள் என்பவர்களிடம்) கேட்க வேண்டியதில்லை.

இப்போது அந்த வேலை முடிந்துவிட்டது. சிலர் நேரமும் தந்து விட்டார்கள். குறித்துக் கொண்டாகி விட்டது. அடுத்தது என்ன?

அடுத்து (இணைப்பு-படிவம் 2-ல் உள்ள) வாராந்திர காலண்டரில் இதுவரை உருவாக்கிய தகவல்களை நாள் வாரியாக எடுத்து எழுதிக் கொள்ள வேண்டும்.

அவர்கள் இருக்கும் இடம், அவர்களைப் பார்க்க, பேச ஆகக் கூடிய நேரத்தினைப் பொறுத்து நாள் ஒன்றுக்கு, ஆறு முதல் பத்து நபர்கள் வரை குறித்துக் கொள்ளலாம்.

ஆயிற்று. இப்போது, நம்மிடம் அடுத்த ஒரு வாரத்துக்கான முழு வேலைத் திட்டம் தயார். இது முதல் தேவை. இதுதான் இடு பொருள் (ரா மெட்டீரியல்). இதை வைத்துத்தான் அடுத்த வாரத்துக்கான வேலை. இப்படிச் செய்ததன் மூலம், அடுத்த வாரம் முழுவதுக்குமான நம் வேலையை நாம் திட்டமிட்டது மட்டுமல்ல, உறுதியும் செய்து கொண்டாகிவிட்டது.

அடுத்த திங்கட்கிழமை காலையில் எத்தனை மணிக்கு எழ வேண்டும்? எந்தப் பேருந்தில் ஏறவேண்டும் அல்லது எந்தப் பக்கம் வண்டியை ஓட்ட வேண்டும், முதலில் யாரைப் பார்க்க வேண்டும் போன்றவை எல்லாம் முடிவாகி விட்டன.

திங்கட்கிழமை அன்று நேரம் போவதே தெரியப்போவதில்லை. ஒரு மணி நேரம்கூட வீணாக்கப்போவதில்லை. இப்படி முன்கூட்டியே திட்டமிட்டுவிட, 'அப்பாடா!' என்றிருக்கும். 'நல்ல வேலை செய்தோம்' என்கிற மனநிறைவும் வரும்.

டேட்டா பேஸ் (Data Base)

'என்ன இது... ஏதோ மிகச் சுலபம் போல நாற்பது நபர்களின் பெயராம், அவர்கள் முகவரியாம். மின்னஞ்சல் கைப்பேசி எண்களாம். இதெல்லாம் யாரிடம் இருக்கிறது? அன்றன்றைக்கு சந்திப்பதற்காக வாகான வாடிக்கையாளர்களைச் சந்திப்பதே குதிரைக் கொம்பாக இருக்க, இதெல்லாம் சும்மா சொல்ல வேண்டுமானால் சரி' என்கிற நினைப்பு வருகிறதா? வராது. வரக்கூடாது. வந்தால், நாம் இன்னும் சேல்ஸ் வேலையில் சரியாக ஊறவில்லை என்றுதான் பொருள்.

குறிப்பிட்ட நபர்களின் பெயர் முகவரி, தொடர்பு எண் விவரங்களை இங்கே 'டேட்டா பேஸ்' என்பார்கள். இது மிக மிக முக்கியம். ஆயத்த ஆடை தயாரிப்பு நிறுவனத்துக்கு தேவைப்படும் துணி போன்றது இது. கட்டுமான நிறுவனத்தில் தேவைப்படும் செங்கல், ஜல்லி, மண் போல. சேல்ஸ் வேலைக்கு டேட்டாபேஸ்தான் மூலப் பொருள். இது இல்லாவிட்டால் வெறுங்கைதான். முழம் போடவே முடியாது.

'என்ன இது வம்பாகப் போயிற்றே! எங்கே கிடைக்கும் இவ்வளவு தனி நபர் விவரங்கள்?' அதுவும் வாராவாரம் புதிது புதிதாக!' என்று மலைக்கவே வேண்டாம். பெரிய நிறுவனங்களில் அவர்களுடைய விற்பனையாளர்களுக்கு அவர்களே 'டேட்டா பேஸ்' தந்து விடுவார்கள். அப்படியில்லை என்றாலும், இவை விலைக்கும் கிடைக்கும். ரூ.100 முதல் 10,000 வரைகூட விலை சொல்வார்கள். குறுந்தகடுகளாக தந்து விடுவார்கள். என்ன சம்பந்தப்பட்ட டேட்டாபேஸ் ஆக பார்த்து வாங்க வேண்டும். சமீபத்தியதாகவும் இருக்க வேண்டும். முகவரிகள், தொலைபேசி எண்கள் மாறியுள்ளதா என்று பார்த்து வாங்கவேண்டும்.

'சமீபத்தியது' என்றால் புரிகிறது, 'தொடர்புடையது' என்றால்? விற்க இருக்கும் பொருள் 'ஹாலிடே ரிசார்ட்' என்று வைத்துக் கொள்வோம். மொத்தமாக ஐந்து அல்லது பத்து லட்ச ரூபாய்

கொடுத்து வாங்க வேண்டி வரும். அப்படி வாங்கக் கூடியவர்கள் பற்றிய 'டேட்டா பேஸ்' எப்படியிருக்கும்?

எவரெல்லாம் 6 லட்ச ரூபாய்க்கும் மேல் விலையிருக்கும் கார்கள் வைத்திருக்கிறார்களோ, அவர்கள் பற்றிய பட்டியல் தொடர்பு விவரங்களே இதுபோன்ற வியாபார தொடர்புகளுக்குச் சரியாக இருக்கும். அவர்களிடம் ஹாலிடே ரிசார்ட்டை விற்க நாம் முயற்சிக்கலாம்.

இதெல்லாம் எதற்கு விலை கொடுத்து வாங்கிக் கொண்டு, 'டேட்டா பேஸ்'ஸினை நானே தயாரித்துக் கொள்கிறேன் என்று சிலர் கிளம்பி விடுவதும் உண்டு. தவறேயில்லை. முடியும்.

எப்படி சொந்த டேட்டா பேஸ் தயாரித்துக்கொள்ளுவது?

கல்கத்தாவில் TCS நிறுவனத்தின் சால்ட்லேக் அலுவலகம், பெரிய வளாகம். ஆயிரக்கணக்கான ஊழியர்கள். ஒரு பங்குத்தரகு நிறுவனத்தின் விற்பனையாளர், அந்நிறுவனத்தின் மனிதவள அதிகாரியைப் போய்ப் பார்த்தார்.

'உங்க வளாகத்தில் ஸ்டால் போட்டுக்கிறேன் சார்.'

'முடியாது. எதுக்கு?'

'நாங்க சில விளையாட்டுப் போட்டிகள் நடத்தப் போகிறோம். திறமையை சோதிக்கும் விளையாட்டுகள். வெற்றி பெறுபவர்களுக்குப் பரிசு கொடுப்போம்.'

'என்ன பரிசு?'

'சிம் கார்டு, டி.டி. மட்டை போன்ற...'

'என்ன கட்டணம்?'

'இலவசம்'

'எதுக்காக?'

'எங்க நிறுவன விளம்பரத்துக்காக'

'சரி.'

கண்ணைப் பறிக்கும் வண்ணத்தில் பந்தல்கள் போட்டார்கள். குறி பார்த்து அம்பு அடிக்கும் டார்ட் போர்டுகள் மாட்டினார்கள்.

ஆரஞ்சு வண்ண முட்டைப் பந்தினை தரையில் விழவிடாமல் டிடி மட்டையாலேயே தட்டும் போட்டிகள் வைத்தார்கள். இப்படி இளைஞர்களையும் யுவதிகளையும் கவரும் பல விளையாட்டுக்களுக்கு அங்கே ஏற்பாடு செய்தார்கள். ஜீன்ஸ், டீ ஷர்ட் போட்டுக்கொண்டிருக்கும் இளைஞர்கள், யுவதிகள் மதிய உணவு இடைவேளை, தேநீர் நேரங்களில் என்ன ஏது என்று பார்த்துப் போக வந்தார்கள்.

அட! என்று வியந்து விளையாடினார்கள். சிலர் வென்றார்கள். அனைவரும் மகிழ்ந்தார்கள். குதூகலித்தார்கள். செய்தி பரவி கூட்டம் அலைமோதியது.

'யார் வேண்டுமானாலும் விளையாடலாம். அதற்கு முன் இந்தப் படிவத்தை நிறைவு செய்ய வேண்டும்.'

'என்ன விவரம்?'

'உங்கள் பெயர், தொடர்பு முகவரி, வருமானம், கைபேசி எண், பங்குகளில் முதலீடு செய்ய விருப்பமா? ஆம்/இல்லை.'

இப்படி மட்டுமல்ல. இன்னும் சில வழிகளும் இருக்கின்றன.

'உள்ளே வருபவர்கள் உங்கள் பிசினஸ் (விசிட்டிங்) அட்டை களை இந்தக் கிண்ணத்தில் போடவும். அதில் இருந்து ஓர் அட்டையை தேர்வு செய்து, அதிர்ஷ்டசாலிக்குப் பரிசு.' என்பது சொல்லப்படுவது.

சொல்லப்படாதது. 'அது எங்களுக்கு டேட்டா பேஸ் ஆக உதவும்'

'வேலைக்கு ஆளெடுக்க வேண்டும். நமக்குத் தேவையானவர் கள் எங்கே வேலை செய்கிறார்கள் என்று எப்படி கண்டு பிடிப்பது?'

'சுலபம். விளம்பரம் கொடுங்கள்.'

'விளம்பரமா? அதற்கு காசு செலவாகுமே...'

'அதற்கான மேன்பவர் கன்சல்டன்டுகளை பிடியுங்கள்.'

'அவர்கள் மட்டும் சும்மாவா தருவார்கள்? கட்டணம் கேட்பார்களே!'

இதனை செலவில்லாமல் சமாளிக்க, ஒரு மனிதவளத்துறை மேலாளர் என்ன செய்தார் தெரியுமா? அதற்கும் ஒரு டேட்டா பேஸ் உருவாக்கினார். அவர்கள் நிறுவனத்தில் எவர் புதிதாக வேலைக்குச் சேர்ந்தாலும், அவர்களிடம் அவர்களுக்குத் தெரிந்த வர்களின், முன் நிறுவனங்களில் உடன் பணிபுரிந்தவர்களின் பெயர், தொடர்பு முகவரி, அவர்கள் என்னவாக இருக்கிறார்கள், தொடர்பு எண் முதலியவற்றை வாங்கி எழுதிக் கொண்டு விடுவார். முடிந்தது வேலை. பின்னால் வேலைக்கு ஆள் தேவைப்பட்டால், அந்தப் பட்டியலை வெளியே எடுப்பார். தொடர்பு கொள்வார். செலவில்லாமல் வேலையை முடிப்பார்.

விற்பனைத் துறையில் இது ஒன்றும் புதிய முறை அல்ல. பல ஆண்டுகளாகவே பழக்கத்தில் இருக்கும் முறைதான். நம்மூரில் மட்டுமல்ல, அமெரிக்கா, இங்கிலாந்து என்று எல்லா தேசங் களிலும் கடைப்பிடிக்கப்படும் வழிமுறைதான்.

விற்பனையாளர்கள் நேர்முகத் தேர்வு என்றால், வெற்றுத்தாள் கொடுத்து, உங்களுக்குத் தெரிந்த உடனடியாகத் தொடர்பு கொள்ளக்கூடிய (வேறெதற்கு, விற்பனைக்குத்தான்) 50 நபர் களின் பெயர்களை முழு விவரத்துடன் எழுதுங்கள் என்பார்கள். இதன் பெயர் 'மை பிப்டி'. *(பின் இணைப்பில் படிவம் எண் 3).*

எவ்வளவு விறுவிறுவென்று எழுத முடிகிறது. எழுதுகிற விவரம் எவ்வளவு விவரமாக உள்ளது போன்றவற்றை வைத்து(ம்) விண்ணப்பதாரரை எடை போடுவார்கள். வேலைக்கு எடுப்பார்கள்.

சிறுகதைகள், நாவல்கள் எழுதுபவர்களிடம் எத்தனை 'நாட்'கள் முடிச்சுகள் (Knots) இருக்கின்றன? திரைப்படக் கதாசிரியர் களிடம் எத்தனை கதைகள் இருக்கின்றன? மண்பாண்டம் செய்து விற்கும் குயவனிடம்,பிசைந்து செய்ய எவ்வளவு மண் உள்ளது? செருப்பு தைப்பவரிடம் தோல், உணவு விடுதிகளில் மளிகைப் பொருள்களும் காய்கறிகளும். இவையெல்லாம் தான் அவர்களுடைய இடு பொருள்கள். 'ரா மெட்டீரியல்'. இதனை வைத்துத்தான் அவர்களுடைய உற்பத்தி. அதனை வைத்துதான் அவர்களுடைய வியாபாரம். விற்பனையாளர்களின் இடு பொருள் எது? அவர்கள் விற்கும் பொருள் அல்ல.

'யானையின் பலம் தும்பிக்கையிலே, விற்பனையாளரின் பலம் டேட்டா பேஸ். ஒரு நிறுவனத்தில் இருந்து மற்றொரு

நிறுவனத்துக்குக் கடத்துவது, அபகரித்துச் சென்று விடுவது என்றெல்லாம் இதனைச் சுற்றி பல நடப்பது உண்டு. ஆக டேட்டா பேஸ் என்பது அதிலும் வளமான, தொடர்பான, சமீபத்திய டேட்டாபேஸ் என்பது, விற்பனையாளர்களைப் பொருத்தவரை, தங்கச் சுரங்கம், காமதேனு, கர்ப்பக விருட்சம்.

சேல்ஸ் புனல்

வாராவாரம் 40 பேரா? அவ்வளவு நபர்களைச் சந்தித்தால் விற்பனை அமோகமாக நடக்குமே என்று சில புதிய விற்பனையாளர்கள் நினைக்கலாம். டேட்டா பேஸால் மட்டும் ஒருவர் வெற்றிகரமான வாடிக்கையாளர்களாக மாறிவிட மாட்டார். அது ஓர் ஆரம்பம். அவ்வளவுதான். அதன் முடிவில் எப்படி ஆகும் என்பதனை ஒரு படமாக பார்க்கலாம்.

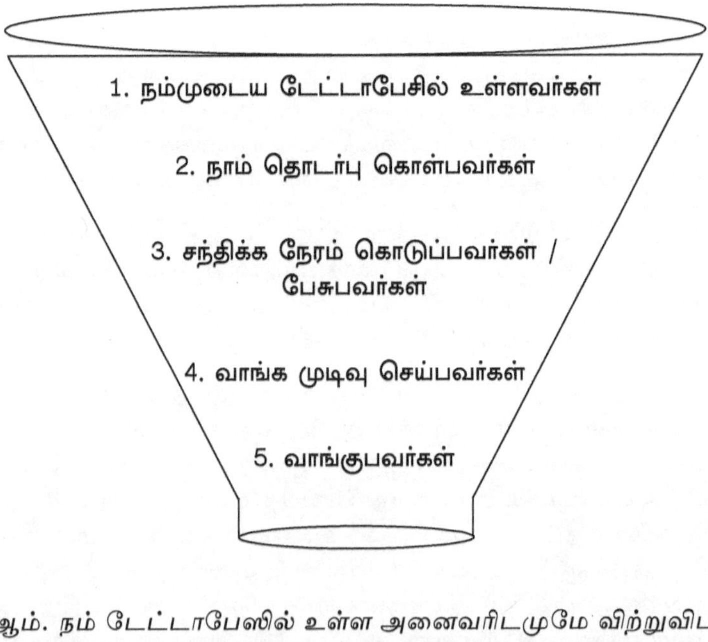

ஆம். நம் டேட்டாபேஸில் உள்ள அனைவரிடமுமே விற்றுவிட முடியாது. அவர்களில் ஒரு பகுதியினரைத்தான் தொடர்பு கொள்ளவே முடியும். அந்த எண்ணிக்கையில் ஒரு பகுதிதான், நம்மை சந்திக்க சம்மதிப்பார்கள். அவர்களில் சிலர் வாங்க முடிவு செய்து, அதிலும் சிலரே வாங்கவும் செய்வார்கள். அதனால் டேட்டாபேஸ் பெரியவதாகத்தான் இருக்க வேண்டும்.

டேட்டாபேஸ் தயாரித்துக் கொள்ள சில வழிமுறைகள்

மிகவும் சுலபமாக கிடைக்கக் கூடிய டேட்டா பேஸ் எது தெரியுமா? டெலிபோன் டைரக்டரிதான்! ஆனால் அது பெரிய பலன் தருமா என்று சொல்ல முடியாது. நூறு பேரை தொடர்பு கொண்டால், ஒரு சில வாடிக்கையாளர்கள் கிடைக்கலாம். 'ஸ்ட்ரைக் ரேட்' எனப்படும் 'நூற்றுக்கு எத்தனை தேறும்' என்கிற விகிதாச்சாரம் இந்த முறையில் குறைவாகவே இருக்கும். 'யெல்லோ பேஜஸ்' எனப்படும் வியாபாரவாரியாக முகவரிகள் பகுக்கப்பட்ட டைரக்டரிகள் சில விற்பனைகளுக்குக் கூடுதல் உபயோகமானவை.

டெலிபோன் டைரக்டரியை டேட்டா பேஸ் ஆக பயன்படுத்து வது எப்படி என்பதைப் பல நிறுவனங்களும் அவற்றின் விற்பனை ஊழியர்களுக்கு சொல்லித்தருகின்றன. அவற்றில் ஒருவழி வரிசையாக உள்ள பெயர்களில், ஒரு பெயர் விட்டு ஒரு பெயரை தேர்வு செய்து தொலைபேசி எண்ணில் முயற்சிப்பது.

இன்னொரு வழி என்ன தெரியுமா? ரேண்டம் முறை. விற்பனை யில் தொடர்பில்லாதவர்கள் இந்த முறையைப் பற்றித் தெரிந்து கொண்டால் அவர்களுக்கு கொஞ்சம் ஆச்சரியமாகக் கூட இருக்கும்.

புள்ளியியலில்(ஸ்டாடிஸ்டிக்ஸ்), 'அட் ரேண்டம்' என்பார்கள். எளிமையாக அர்த்தம் சொல்லுவதென்றால், 'கைக்கு கிடைத் ததை', 'ஏதாவது ஒன்றை' என்று இந்த முறைகள் பற்றிச் சொல்ல லாம். மாமரத்தில் இன்ன காய் என்று குறிபார்க்காமல் கல் எறிவது போல. முதலில் ஒரு குறிப்பிட்ட பகுதிக்கான தொலை பேசியின் தொடக்க எண்களைத் தெரிந்துகொள்வார்கள். உதாரணமாக, சென்னை மைலாப்பூர் பகுதி என்றால் 2499. இதற்கு அடுத்த நான்கு இலக்கங்கள் எதுவாகவும் இருக்கலாம். 2499 என்று தொடங்கிவிட்டு, அதன்பின் அவர்களுக்கு தோன்றிய விதம் அடுத்த நான்கு இலக்கங்களைச் சுழற்றுவார்கள். கிடைக்கிற நபர்தான் வாய்ப்புள்ள வாடிக்கையாளர். இப்படியே பல எண்களைத் தொடர்புகொண்டு பேசுவார்கள்.

இப்படியெல்லாம் இல்லாமல், தங்களுக்கு பயன்தரக்கூடிய தனிப்பட்ட 'டேட்டாபேஸ்'களை தாங்களே உருவாக்கிக் கொள்ள, தொடர்ந்து உருவாக்கிக் கொண்டேயிருக்க ஏதாவது

வழிகள் இருக்கின்றனவா? ஓ! தாராளமாக. பல வழிகள் உள்ளன. எவராலும் செய்யக்கூடிய வழிகள்.

நண்பர்கள், உறவினர்கள்

மிகச் சுலபமாக கிடைக்கக் கூடியவை இவை. நினைவுப் படுத்திப் பார்த்தால் போதும். இதற்கு மூன்று தேவைகள் உண்டு. ஒன்று, அதிக அளவில் நண்பர்களும் உறவினர்களும் இருக்க வேண்டும். இரண்டாவது, அவர்கள் நாம் விற்கும் பொருளை, சேவையை வாங்கக் கூடியவர்களாக இருக்க வேண்டும்.

'சேச்சே, அவர்களிடம் போய் எப்படி விலைக்கு வாங்கிக் கொள்ளுங்கள் என்று கேட்பது!' என்று நினைப்பவர்கள் விற்பனை யாளராக இருக்கவே முடியாது. நாம் என்ன வேண்டாததையா, பலனில்லாததையா விற்கிறோம், தயங்குவதற்கு!

நம் வேலை பற்றி நமக்கு எந்தவிதமான தாழ்வுமனப்பான்மை யும் இருக்கக்கூடாது. நாம் விற்கும் பொருளும் (அல்லது சேவை யும்) நல்ல தரமானதுதான். நமக்கு வேண்டியவர்களிடம் அதை தாராளமாகவே விற்க முற்படலாம். என்ன, அவர்கள் நமக்கு வேண்டியவர்கள் என்பதால், நம்மிடம் அவர்கள் வாங்கியே ஆகவேண்டும் என்று கட்டாயமில்லை என்பதையும் சொல்லி விடவேண்டும். இதனால் நம்மிடம் இருந்து குற்ற உணர்வு போய்விடும். அவர்களுக்கும் (நம்மைப்பார்க்கும் போதெல் லாம்- 'வந்திட்டான்யா வந்திட்டான்' என்பதுபோல!) டென்ஷன் வராது.

வெளியில் போகிறோம். பேருந்தில் போகிறோம். ரயிலில் பயணம் செய்கிறோம். கல்யாணங்களுக்குப் போகிறோம். எவர் பக்கத்திலோ அமர்ந்து சாப்பிடுகிறோம். திரைப்படத்துக்குப் போகிறோம். வங்கியில் தபால் அலுவலகத்தில் எவர் பக்கத் திலோ அமருகிறோம். சந்திக்கிற நபர்களிடம் மெல்லப் பேச்சுக் கொடுக்கலாம். அவர்களைப் பற்றித் தெரிந்துகொள்ளலாம். என்ன செய்கிறார்கள், எங்கே இருக்கிறார்கள். உண்மையான ஆர்வம் மற்றும் அக்கறையுடனும் பேசலாம். இவைகூட டேட்டா பேஸ் உருவாக்கும் வழிகள் தான். தினசரிகள் பார்க் கிறோம். செய்திகள், விளம்பரங்களைப் பார்த்தால் தெரிய வரும். எங்கே, என்ன மாதிரி ஆள்கள் இருக்கிறார்கள்.

அவர்களுக்கு என்ன தேவை இருக்கும். அவையும் பயனுள்ள தகவல்தான். அதிலிருந்தும் நாம் சந்திக்க வேண்டியவர்களைக் கண்டுபிடிக்கலாம்.

வாடிக்கையாளர்கள் கொடுக்கும் தகவல்கள்

ஏற்கெனவே நம் பொருள் /சேவையை வாங்குபவர்களிடம் / வாங்கியவர்களிடம் கேட்கலாம். ஒவ்வொரு வாடிக்கை யாளராலும் அவருடைய வட்டத்தினை அறிமுகப்படுத்தி வைக்க முடியும். (நாம் அப்படி நடந்து கொண்டிருக்கும் பட்சம்). இது சரியாக நடக்கும் என்றால், நமது தகவல் களஞ்சியத்துக்கு (டேட்டாபேஸ்) குறைவே வராது. ஒன்றில் இருந்து சில. சிலவற்றிலிருந்து பல. அதனால் பின்பு பலப்பல. விற்பனை வாய்ப்பும் பளப்பள.

படையெடுப்பது

இருந்த இடத்திலேயே இருந்தால் எதுதான் ஆகும்? தேவை என்றால், நாம்தான் தேடிப்போக வேண்டும். போகலாம். நமது வாய்ப்புள்ள வாடிக்கையாளர்கள் இருக்கும் சரியான இடங்களுக்கு.

'விற்க முயற்சிக்கும் நாம், விற்பனையாளர், சேல்ஸ்மேன். நம்மிடம் வாங்குபவர், வாடிக்கையாளர், கஸ்டமர். இவை சரி. இந்தப் பெயர்கள் தெரியும். அதென்ன வாய்ப்புள்ள வாடிக்கை யாளர்? கேள்விப்படாத சொல் ஆக இருக்கிறதே! என்று தோன்றுகிறதா?

ஏற்கனவே விற்பனைத் துறையில் இருப்பவர்கள் இதனை இன்னது என்று ஓரளவு யூகித்திருப்பார்கள். ஆங்கிலத்தில் பிராஸ்பெக்ட்ஸ் (Prospects) என்று சொல்வார்கள். (கவனித் திருப்பீர்கள், பிராஸ்பெக்ட்டஸ் இல்லை. அது விண்ணப்பங் களுடன் தரப்படும் சிறிய விவரப் புத்தகம். இது பிராஸ்பெக்ட்ஸ்).

பிராஸ்பெக்ட்ஸ் என்கிற ஆங்கிலச் சொல்லுக்கு தமிழ் இணைச் சொல் தான், வாய்ப்புள்ள வாடிக்கையாளர். வாடிக்கையாளருக் கும், வாய்ப்புள்ள வாடிக்கையாளருக்கும் இடையே என்ன வேறுபாடு?

வாடிக்கையாளர் என்பவர் நம்மிடமிருந்து பொருளையோ சேவையையோ வாங்கிவிட்டார். ஆனால் இந்த வாய்ப்புள்ள வாடிக்கையாளர் இன்னும் வாங்கவில்லை. அவர் வாங்கலாம், வாங்காமலும் போகலாம். நாம் இன்னும் தொடர்புகொள்ள வில்லை, முயற்சிக்கவில்லை. அவர் நம்மிடமிருந்து வாங்கும் வாய்ப்பு இருக்கிறது. அதனால் அவர் (வாங்கக்கூடிய) வாய்ப்புள்ள வாடிக்கையாளர்.

சரி, இனி அவர் இருக்கும் இடங்களுக்கு தேடிப்போவது எப்படி என்பதைப் பார்க்கலாம்.

ஆரோக்கிய பானம் அல்லது, சர்க்கரை நோய் உள்ளவர்களுக் கான உணவுப் பொருள் (ஷுகர்லெஸ் சாக்லெட்டுகள்) இப்படிப் பட்ட ஏதோ ஒன்றுதான் நாம் விற்பனை செய்யும் பொருள் என்றால், அதற்கான வா.வா வைத் (வாய்ப்புள்ள வாடிக்கை யாளர் என்பதன் சுருக்கம்- பிறகு! ஒவ்வொரு முறையும் நீட்டி முழக்கி வாய்ப்புள்ள வாடிக்கையாளர் என்று சொல்ல முடியுமா என்ன!- அதனால், இனி சுருக்கமாக வா.வா) தேடி எங்கே போகலாம்?

விடிகாலையில் மக்கள் நடைப்பயிற்சி செய்யும் இடங்களுக்குப் போகலாம். பூங்காக்கள், கடற்கரை, மைதானங்கள் போன்றவை தான் உடல்மீது அக்கறை கொண்டவர்கள் வந்து கூடும், நடமாடும் இடங்கள்.

இளைஞர்கள் பயன்படுத்தும் பொருள்களா? கல்லூரிகள் மட்டுமில்லை. 'ஷாப்பிங் மால்'கள், சென்னையில் சத்யம், ஐநாக்ஸ், அபிராமி போன்ற திரையரங்குகள். முன்பு பார்த்த ஒரு விற்பனையாளர் TCS நிறுவனத்தில் கொட்டகை (ஸ்டால்) போட்டது போல, 'நமது ஆள்கள்' வரக்கூடிய இடங்களாகப் பார்த்து சரியான நேரத்தில் கடை விரித்து, வலையும் (பரிசு, இலவச சாம்பிள்... போல) விரித்துவிட வேண்டியதுதான்.

எதற்கு ஒவ்வொரு முட்டையாக விலைக்கு வாங்கிக் கொண்டு, பேசாமல் கோழியையே வாங்கிக் கொண்டுவிடலாமே! என்று யோசிப்பது போல, எதற்காக சிரமப்பட்டு ஒவ்வொன்றாக சேகரித்துக் கொண்டு! அப்படிப்பட்ட தகவல்களைச் சேகரித்து வைத்திருக்கும் ஏனைய நிறுவனங்களின் திறமை மிக்க

விற்பனையாளரை அபகரித்துக் கொண்டு விடுவது. இதைப் பலரும் செய்யத்தான் செய்கிறார்கள். 'முற்பகல் செய்யின் பிற்பகல் விளையலாம்' என்பதையும் பொருட்படுத்தாமல். தவறுதான்...

ஆட்களை அமர்த்து

நமக்குத் தெரிந்தவர்கள், நண்பர்களை வைத்து, தகவல் களஞ்சியம் தயாரிக்க வைப்பது. தேவையானால் அதற்கு ஏற்ப வெகுமானம் கொடுத்து விடுவது. பணமாகவோ ஏதாவது ஒன்றாகவோ அல்லது வேறு வேலையில் இருந்து ஓய்வு பெற்று வீட்டில் சும்மா இருக்க முடியாமல் தவிப்பவர்களைப் பயன் படுத்திக் கொள்ளலாம்.

அலுவல் தொடர்பு உள்ளவர்கள் மூலமாக

வங்கிகள், தபால் அலுவலகம், ஆடிட்டர், சப்ளையர்கள், விநியோகஸ்தர்கள் என்று போகிற வருகிற இடங்களில் எல்லாம் கண்களையும், காதுகளையும் முழுவதும் திறந்து வைத் திருப்பது, அவர்களின் வாயைக் கிளறி ('வந்திட்டுப் போறவர் யார் சார்?') தகவல்களைப் பெற்று, மனத்தில் நிறுத்தி பின்னால் குறித்துக் கொள்வது. (ஆமாம், ஒவ்வொன்றாகக் கிடைத் தாலும், அவற்றில் ஏதாவது ஒன்று புளியங்கொம்பாகக் கிடைத்துவிடலாம். யார் கண்டது!) எப்போதும் இதே கவனமாக இருந்தால் சிறு துளிகளாக சேர்ந்து, களஞ்சியம் நிரம்பும்.

ரெஃபரென்ஸ் பெறுவது

நாம் பேசுபவர்கள், போய்ப் பார்ப்பவர்கள் எல்லாம் வாடிக்கை யாளராக மாறாமல் போகலாம். அவர்களால் வாங்க முடியாமல் இருக்கலாம். ஆனால், அவர்களால் வேறு ஒருவரை சிபாரிசு செய்ய முடியும். 'உங்களுக்கு தெரிந்தவர்கள் வேறு யாராவது இதனை வாங்கக் கூடியவர்கள், இது தேவைப்படுபவர்கள் இருந்தால் சொல்லுங்களேன்' என்று கேட்கலாம். இதன்பெயர் 'ரெஃபரென்ஸ்' கேட்பது. 'உங்கள் கைப்பேசியில் எவ்வளவு பெயர்கள், எண்கள் இருக்கின்றன! ஒரு பத்து பேர் விவரம் தாங்களேன்.'கேட்கலாம். தருவார்கள்.

டேட்டா பேஸ் தயாரிப்பில் ரெஃபரென்ஸும் ஒரு முக்கிய வழி.

செல்வாக்கு உள்ளவர்கள்

சிலர் அவர்கள் வசிக்கும், வேலை பார்க்கும் இடங்களில் மிகவும் செல்வாக்கு உள்ளவர்களாக இருப்பார்கள். அவர் களுக்கு எதனாலோ கூடுதல் அதிகாரம் இருக்கும். அது அவர்கள் பதவியின் காரணமாகவோ அல்லது அவர்களது தனிப்பட்ட பேச்சுத்திறமை, விஷய ஞானம், குடும்பப் பின்னணி அல்லது செல்வச் செழிப்பு என்று எதன் காரணமாகவோ இருக்கலாம். அவர்கள் சொன்னால் போதும், தட்டமாட்டார்கள். அல்லது அவர்கள் ஒன்றை வாங்கினால் அதைப் பலரும் வாங்குவார்கள். ஆங்கிலத்தில் 'ஒப்பினியன் லீடர்' என்பார்கள். அப்படிப்பட்ட வர்கள் நமக்கு முக்கியமானவர்கள். அவர்கள்தான் 'சென்டர் ஆஃப் இன்ஃப்ளுயன்ஸ்'. அவர்களை தவற விடக்கூடாது. அவர்களிடம் முதலில் விற்க வேண்டும். சலுகை விலையில் அல்லது கூடுதல் வசதிகள் (சேவையுடன்) கொடுக்கலாம்.

பழகுமிடங்கள்

ரோட்டரி ரோட்டராக்ட், லயன்ஸ், ஜேசிஸ் (JCI) போன்ற பல அமைப்புகள் இருக்கின்றன. துடிப்பானவர்கள், படித்தவர்கள், பணம் படைத்தவர்களென்று கூடும் இடங்கள் இவை. இவற்றில் அங்கத்தினராக இருப்பதும் அங்கத்தினர்களாக இருப்பவர் களுடன் நெருக்கமாக இருப்பதும், புதிய புதிய நபர்களைத் தெரிந்துகொள்ள உதவும். (பின் இணைப்பு 3 ல் உள்ள 'மை 50' என்கிற படிவத்தில் இதனை எழுதிப் பார்க்கலாம்).

டேட்டாபேஸ் நிர்வாகம்

பல இடங்களில் இருந்து வாய்ப்புள்ள வாடிக்கையாளர்கள் பற்றிய தகவல்களைச் சேகரிக்கிறோம். அவ்வப்போது கிடைக் கின்றன. சமயத்தில் மொத்தமாகவும் கிடைக்கின்றன. அவற் றின் பயன்பாட்டை அதிகப்படுத்த வேண்டுமென்றால் என்ன செய்ய வேண்டும்?

புத்தகங்களையோ, கோப்புகளையோ (பைல்) என்ன செய் வோம்? முறையாக அடுக்கி வைத்துக் கொள்வோமில்லையா? என்ன வரிசையில் அடுக்குவோம்? 'சப்ஜெக்ட்' வாரியாகத் தானே. அதேதான் இங்கேயும். வா.வா. பற்றிய விவரங்கள் கிடைக்கக் கிடைக்க அவற்றை ஒழுங்குபடுத்தி அடுக்கிக் கொள்ள வேண்டும்.

இதற்காகக் கொஞ்சம் மெனக்கெடலாம், தப்பில்லை. இது தானே விதை நெல். பின்னால் நமக்கு மூட்டை மூட்டையாக விளையக் கூடியது (பணம்தான். வேறென்ன!) அதனால் இதற்கு முக்கியத்துவம் கொடுப்போம். மொத்தம் இரண்டு நோட்டுப் புத்தகங்கள் வைத்துக் கொள்ளலாம். இது கிட்டத்தட்ட தொழிலகக் கிடங்குகளில் (ஸ்டோர்ஸ்) பயன்படுத்தப்படும் முறைதான்.

கிடங்கு என்றால் நாளெல்லாம் பல்வேறு பொருள்கள், பல் வேறு சப்ளையர்களிடமிருந்து வந்து இறங்கிக் கொண்டே யிருக்கும். காப்பாளர் என்ன செய்வார்? எது என்ன என்று அவ்வப்போதே பிரித்து எழுத மாட்டார். நேரமிருக்காது. வருகிற பொருள்களை எல்லாம் 'டே புக்' என்கிற நோட்டுப் புத்தகத்தில் வரிசையாக எழுதிக் கொள்வார். வந்த வரிசைப்படி. யாரிடமிருந்து எது, எவ்வளவு, எந்த நேரம் என்பவை மட்டும். அன்றைய தினம் வந்தவை மட்டும். அடுத்த நாள், வேறு பக்கம். நாள் வாரியாக எழுதுவதால் அதன் (காரணப்) பெயர் டே புக் (Day Book).

அதே கிடங்கு அதிகாரி, பின்பு அதே தகவல்களை, நிதானமாக, 'டே புக்'கினைப் பார்த்து, வேறு ஒரு நோட்டுப்புத்தகத்தில் பொருள் வாரியாகப் பிரித்துப் பிரித்து வெவ்வேறு பக்கங்களில் எழுதுவார். ஆம். இந்த இரண்டாவது நோட்டுப் புத்தகத்தில் பொருள் (அயிட்டம்) ஒவ்வொன்றுக்கும் தனித்தனி பக்கம் இருக்கும்.

அந்தக் குறிப்பிட்ட பொருளின் தனிப்பட்ட பக்கத்தில் அன்றைக்கு வந்தது மட்டுமல்ல, எப்போது அந்தக் குறிப்பிட்ட பொருள் வந்தாலும் அதனை அதில் எழுதுவார். பொருள் வருகைகள்- இன் (IN), வரவு என்கிற தலைப்பின் கீழ். அதே போல, கிடங்கில் இருந்து அந்தப் பொருள், பயன்பாட்டுக்காக எப்போது எடுத்து வழங்கப்பட்டாலும், அந்தப் பக்கத்தில் கொடுத்தல்(Out) என்கிற தலைப்பின் கீழ் எழுதிக்கொள்வார்.

ஸ்டோர் கீப்பர், ஒவ்வொரு நாளும் வருகிற அத்தனை பொருள்களையும் 'டே புக்'கில் எழுதிக்கொள்வது போல, நாமும் நமக்குக் கிடைக்கிற டேட்டாக்கள் அனைத்தையும், பின்னால் வகை பிரித்து எழுதிக்கொள்ளலாம். ஆகவே டே புக் போன்ற நம்முடைய, முதல் நோட்டுப் புத்தகத்தில் கிடைக்கக்

கிடைக்க அவ்வப்போது எழுதிக்கொண்டுவிட வேண்டும். கிடைக்கிற அனைத்து நபர்களின் விவரத்தினையும் வரிசையாக, முழுமையாக எழுதிக் கொண்டுவிட வேண்டும். பின்பு நேரம் கிடைக்கும் போது (அன்று இரவு) சாவகாசமாக யோசித்து (எதன் அடிப்படையில் என்று) தனிப்பட்ட பக்கங்களில் வேறு ஒரு (இரண்டாவது) நோட்டில் எழுதிக் கொள்ளலாம். அதனைப் பாதுகாப்பாக வைத்துக் கொள்ளலாம்.

இத்தகவல்களைக் கணினியிலும் பராமரிக்கலாம்.

சேல்ஸ் கால்கள் (Sales Calls)

'சேல்ஸ் கால்' என்பதை தமிழில் 'விற்பனை முயற்சிகள்' என்று சொல்லலாம். தகவல் பெற்றதும், வாவா - வை (வாய்ப்புள்ள வாடிக்கையாளர், ஞாபகம் இருக்கிறதல்லவா) தொடர்பு கொள்வது. வெறும் தகவல்களை வைத்துக் கொண்டு என்ன பலன்? அதைப் பயன்படுத்தி விற்பனைசெய்ய முயற்சிக்க வேண்டுமே. அதற்குதான் அந்தத் தொடர்பு முயற்சி.

தபால்கள் இப்போது அதிகம் புழக்கத்தில் இல்லாத ஒன்று. போய்ச்சேர நேரமாகும் என்பதைவிட, பதில் பெறும் சாத்திய மும் குறைவு. வாடிக்கையாளரே விரும்பினாலும், அவர் பதிலுக்கு நம்மை தொடர்பு கொள்ள முயற்சி எடுக்க வேண்டுமே.

மின்னஞ்சல்கள் (Emails) தற்போதைக்கு பிரபலமாகி வரும் ஒரு தகவல் தொடர்புமுறை. ஒரே செய்தியினை, ஆயிரக்கணக்கான வர்களுக்குக்கூட ஒரே சமயத்தில் அனுப்பலாம்.

ஆனால் இதன் வீச்சு படித்தவர்கள், அதிலும் கணினி மட்டுமல்ல, இணையம் பற்றிய பழக்கமும் உள்ளவர்கள் வரைதான். ஆனால் அப்படிப்பட்டவர்களைச் சுலபமாக, ஒரே நேரத்தில் பலரையும், அதிகச் செலவின்றி தொடர்பு கொண்டுவிடமுடியும்.

'டியர் ஆல்' என்று பொத்தாம் பொதுவாக எழுதுவதற்கு பதிலாக, முதல் வரியினை மட்டுமாவது, பெறுபவர் பெயர் குறிப்பிட்டு எழுதலாம். படிக்கத் தூண்டுதலாகவும் பர்சனலாகவும் அமையும். மெயிலின் தலைப்பான 'சப்ஜெக்ட்' கவர்ந்து இழுக்கும் விதமாக பார்த்துக்கொள்ளவேண்டும். மெயிலின் உள்ளே, நாம் தெரிவிக்கிற தகவல்கள் தெளிவாக இருக்க

வேண்டும். மொத்தத்தில் நம் மெயிலின் நோக்கம் நிறைவேறும் படி பார்த்துக்கொள்ள வேண்டும்.

குறுஞ்செய்திகள் (sms)

கைபேசிகள்தான் இப்போது பலருடைய உலகம். 24 மணி நேரமும் உடனிருக்கும் நட்பு. உள்ளங்கையிலேயே ஒட்டிக் கொண்டிருக்கும் உயிர்துடிப்பு. அதில் அனுப்பும் எதுவும் நினைப்பவரை உடனடியாகப் போய்ச் சேருபவை. மெயில்கள் போலவே இவையும் செலவு வைக்காதவை. ஒரே ஒரு குறைதான் இதில். அந்தக் குறை, இவற்றின் பலமாக இருக்கும் அதே விஷயங்கள் தான். பலரும் அடிக்கடி ஏதாவது குறுஞ் செய்திகள் அனுப்பிக் கொண்டேயிருப்பதால், குறுஞ்செய்தி களுக்கு சிலர் கொடுக்கும் முக்கியத்துவம் குறைந்து விட்டது. தவிர, இதில் மிகச் சிறிய செய்திகளை மட்டுமே அனுப்ப இயலும்.

தபால்கள், மெயில்கள் மற்றும் குறுஞ்செய்திகள் ஆகிய மூன்றுக்கும் இருக்கும் ஒரு பொதுவான குறை, இவை ஒருவழி (அனுப்புனர் மட்டுமே தொடர்பு செய்யும்) செய்திகள் என்பது தான். உபரியாக, இவற்றில், நேரில் சந்தித்துப் பேசும்போது கிடைக்கக்கூடிய 'பர்சனல் டச்' எனப்படும் மனித நேரனுபவமும் கிடைக்காது.

கோல்ட் கால்கள் (Cold Calls)

கோல்ட் கால் என்பது விற்பனையாளர்களிடையே அடிக்கடி பயன்படுத்தப்படும் ஒரு சொல். கோல்ட் கால் என்றால் என்ன?

நம்மிடம் வியாபாரம் செய்யக்கூடியவர், நம் பொருள் மற்றும் சேவையினை வாங்கக்கூடியவர் என்று நாம் நினைக்கும் ஒருவரை, தொலைபேசி மூலமோ, நேரிலோ போய் சந்திப்பது. அவருக்கு முன்பே தகவல் தெரிவிக்காமல், அவருடைய அனுமதி பெறாமல் செய்வது. இதுதான் கோல்ட் கால்.

முன்பு பார்த்தோமே, டெலிபோன் டைரக்டரியை எடுத்து வைத்துக்கொண்டு, ஏதோ அடிப்படையில் போன் நம்பர்களைத் தேர்வு செய்து, தொடர்புகொண்டு, பேசும் முன்பின் தெரியாத வரிடம், விற்பனைப் பேச்சினை தொடங்குவது என்று. அதுவும் கோல்ட் கால்தான். வீடுவீடாகவோ, கடைகடையாகவோ

போய், ' இது என் பொருள். வாங்கிக்கொள்ளுங்களேன்' என்று நேரில் கேட்பதும் கோல்ட்கால்தான்.

இந்த கோல்ட் கால்கள்தான் பல விற்பனையாளர்களிடமும் பிரபலம். நம் நாட்டில் மட்டுமில்லை. உலகம் முழுக்கவே. மிகச் சுலபமாக செய்யக்கூடியது தொலைபேசி அழைப்பு. இதன் மூலம் கொஞ்சம் (கவரும் விதம்) விவரம் சொல்லி, நேரில் சந்தித்து கூடுதல் விவரம் தர அனுமதி கேட்பது. அப்பாயின்ட் மெண்ட் தாருங்கள் என்பது.

இதைச் செய்ய நல்ல இனிமையான குரல் மட்டுமல்ல, நிறைய பொறுமையும் சகிப்புத்தன்மையும் வேண்டும். குரல் கேட்ட தும், வியாபாரம், சேல்ஸ் அழைப்பு என்று தெரிய வந்ததும், ஒன்றும் பேசாமலேயே இணைப்பைத் துண்டிப்பார்கள் சிலர். வேறு சிலர் ஓரிரு வார்த்தையிலேயே முழுவதும் கேட்டுக் கொள்ளாமலேயே பொட்டென்று வைத்து விடுவார்கள். சிலர் திட்டுவார்கள். வேறு சிலர் கத்துவார்கள். அழையாத விருந் தாளிக்கு கிடைக்கும் அத்தனை 'மரியாதையும்' இதிலும் சாத்தியம். 'அதனால் என்ன? அடுத்தவர், அடுத்தவர்' என்று நகரும் மனநிலை வேண்டும்.

நாம் பேசுகிற விதத்தில், அவர்கள் கேட்க வேண்டும். பதில் சொல்ல வேண்டும். வாங்கிக் கொள்ள சம்மதமே என்று சொல்ல வேண்டும். சொல்ல வைக்க முடியுமா? முடியுமே.

எந்தத் தொனியில் பேசுகிறோம் என்பதில் இருக்கிறது சூட்சுமம். இதையே ஒரு தனி வேலையாக்கி, டெலிகாலிங் (Telecalling) என்றாக்கி விட்டார்கள். 8 மணி நேரமும், காலை முதல் மாலை வரை இதே வேலைதான். 'சார் குட்மார்னிங்... நான்...' என்று பேசுபவர்களின் பெயர் 'டெலிகாலர்ஸ்'. மாதம் மூவாயிரம் முதல் பதினைந்து இருபதாயிரம் வரைகூட சம்பளம் உண்டு. தவிர எடுக்கும் விக்கெட்டுகளுக்கு ஏற்ப ஊக்கத்தொகையும் உண்டு.

பெண்களுக்கு ஏற்ற (பாதுகாப்பான) வேலை இது. ஆண்களும் செய்யலாம். ஆனால் ஆண்கள் குரலைக் கேட்பதை விட வாடிக்கையாளர்கள் பெண்கள் குரலைத்தான் அதிகம் விரும்பு வது போலத் தெரிகிறது. எதிலிருந்து என்கிறீர்களா? டெலி காலராக பெண்களே அதிகம் வேலை செய்வதிலிருந்துதான். விதிவிலக்குகள் உண்டு என்பதுதான் அந்த வேலைக்கு முயற்சிக் கும் ஆண்களுக்கு சொல்லக் கூடிய தைரிய வார்த்தைகள்.

பயம் தேவையேயில்லை

கோல்ட் கால் என்றாலே, பலருக்கும் பயம் தான். காரணம், எப்படி முன்பின் தெரியாதவரைப் போய் கேட்பது என்கிற தயக்கம். தவிர போனை எடுக்கும் பலரும் சத்தம் போடுவார்கள். தேவையில்லை என்று பட்டென்று வைப்பார்கள்.

இந்த பயம் தேவையில்லாதது. அவர்கள் நம்மை வெறுக்க வில்லை. நம்மை அலட்சியப்படுத்தவில்லை. நம் மீது கோபப் படவில்லை. காரணம் அவர்களுக்கு நம்மைத் தெரியாது. நம்மோடு எந்த முன்விரோதமும் இல்லை. நாம் சொன்னது எடுபடவில்லை. அல்லது நாம் தொடர்புகொண்ட நேரம் அவர் களுக்கு தோதாக இல்லை. அல்லது நாம் சொல்லிமுடிப்பது வரை கேட்க அவர்களுக்கு நேரம் இல்லை. அவ்வளவுதான். வேறு என்ன இருக்க முடியும்?

கோல்ட் காலில் வெற்றி பெற, இயல்பாக அதிகம் பழகிய வருடன் எப்படி பேசுவோமோ அப்படிப் பேச வேண்டும்.

இப்படிப் போனிலோ அல்லது நேரிலோ ஒருவரைச் சந்தித்து, கோல்ட் கால் செய்யும் போது, எப்படி நினைத்து அணுகினால், சோர்வு வராது?

அதனை ஒரு மோசமான அனுபவமாக பார்க்கத் தேவையில்லை. அதனை ஒரு பரிசோதனை முயற்சியாக செய்துபார்க்கலாம் என்கிறார் ஜிக்ஜிக்லார் (Zig Ziglar). நாம் முயற்சிக்கிறோம். அதே சமயம் நாமே கலந்துகொள்ளும் அந்தச் சந்திப்பில் என்ன நடக்கிறது என்பதைக் கவனமாக கவனிக்க வேண்டும். நாம் பேசுவது ஏற்றுக்கொள்ளப்பட்டு, விற்பனை முடிந்தால் அது நம் முயற்சியின் வெற்றி. விற்பனை ஆகவில்லை அல்லது சத்தம் போட்டார் என்றால் அது ஒரு நல்ல பாடம். அப்போது செய்த தவறை அடுத்தமுறையும் தவிர்த்துவிடலாம்.

நேருக்கு நேர்

இதற்கு கைமேல் பலனிருக்கும். பொருளை விற்க ஒருவரைச் சம்மதிக்க வைப்பதுதான் சாமர்த்தியம். மின்னஞ்சல், குறுஞ்செய்தி, தொலைபேசி எல்லாம் படிக்கட்டுகள். உள்ளே போக வழிவகுக்கும். ஆனால் நேரடிச் சந்திப்பு என்பது நேராக கதவிடமே கொண்டு போகக் கூடியது. கதவினைத் திறந்து விட்டால், முடிந்தது வேலை.

ஒவ்வொரு நாளும் வாய்ப்புள்ள பல வாடிக்கையாளரையும் சந்திக்க வேண்டும். அதற்காக முன்கூட்டியே இன்னார் இன்னார் என்று முடிவு செய்து, அவர்களிடம் பேசி நேரம் வாங்கிவிட வேண்டும் என்று பார்த்தோம். ஒரு வாரத்தில் நாற்பது நபர்கள் வரை சந்திக்கலாம். நாள் ஒன்றுக்கு ஐந்து முதல் பத்து என்றும் கணக்கிட்டிருந்தோம். (அவரவர் வியாபாரம், இருக்கும் தூரங்கள் பொறுத்து அதிகமாகவோ குறைவாகவோ செய்யலாம்).

சிலருக்கு தயக்கம் வரலாம். வரலாமா? கூடாது. விற்பனை யாளர் என்கிற வேலையை எடுத்துக் கொண்டவர்கள், இதற்குத் தயங்கவே கூடாது. தினம் தினம் யாரையேனும் பார்க்க வேண்டும். அவர்களிடம் 'சேல்ஸ் கால்' செய்து கொண்டே யிருக்க வேண்டும். எத்தனை ஆண்டுகளாக இந்தத் தொழிலில் இருந்தாலும் சரி, எவ்வளவு வருமானம் பெறுபவராக இருந் தாலும் சரி. சிங்கம் போலவேதான். தினமும் வேட்டைக்குப் போய்த்தான் ஆக வேண்டும். (வா.வா.தான் இரை!).

கிரிக்கெட் விளையாட்டில் எந்த மட்டை வீரருக்கு அதிகம் ஓட்டங்கள் கிடைக்கும்? மட்டையை சுழற்றுபவருக்கா அல்லது மறுமுனையில் சும்மா கிடப்பவருக்கா?

'பத்துப் பேரைப் பார்த்தால் ஒரு ஆள்தான் வாங்குகிறார்? அதற்கு ஏன் பத்துப் பேரைப் பார்க்க வேண்டும்?' என்று கேட்பவர், விற்பனைக்குப் புதியவராக இருக்க வேண்டும். அந்த வாங்கப் போகும் ஒரு நபர், பத்து நபர்களில் யார், அவர் எங்கேயிருக் கிறார் என்று முன்கூட்டியே தெரிந்துவிட்டால் பிரச்னை யில்லை. பேசி முயற்சிக்கும் வரை தெரியாதே! அதனால் தானே எல்லோரிடமும் பேசவேண்டியிருக்கிறது.

வாங்கக் கூடியவரிடம்தான் முயற்சிக்க வேண்டும் என்பதை விட, வாங்கக்கூடியவரை தவற விட்டுவிடக்கூடாது என்பது இங்கே 'தங்க விதி'.

பத்துப் பேரைப் பார்த்தால், ஒருவராவது வாங்குகிறார் அல்லவா? சரி, அந்த விற்பனை மூலம் நமக்கு என்ன தொகை கிடைக்கிறது? இருநூறு ரூபாய் என்று வைத்துக் கொள்வோம். பத்துப் பேரைப் பார்த்தால் நிச்சயம் ஒருவராவது வாங்குவார்கள். அந்த ஒருவர் மூலம் 200 ரூபாய் உறுதியாக கிடைக்கும்.

அப்படியென்றால், பார்க்கிற ஒவ்வொருவரும் குறைந்தபட்சம் ரூ.20 தருவது போலத்தானே. அதேதான்.

ஒருவரைப் பார்த்தால் (சராசரியாக) கட்டாயம் ரூ.20 கிடைக்கும். இன்று எத்தனை பேரைப் பார்க்கலாம்? இப்படி யோசித்துப் பார்த்தால், வாரம் 60 பேரைப் பார்ப்பதுகூட சரிதான் என்று தோன்றும். அதுதான் விற்பனையாளர் மனப்பான்மை, வெற்றி யாளர் அணுகுமுறை.

எத்தனை முறை?

ஒருவரை ஒருமுறை பார்க்கிறேன். கேட்கிறேன். 'பிறகு வாருங்கள்' என்கிறார். அல்லது வேறு காரணம் சொல்கிறார். விற்பனை நடக்கவில்லை. என்ன செய்வது? அவரிடமே (மன்றாடிக் கொண்டு) நிற்பதா? அல்லது அடுத்த நபரைப் பார்க்கப் போவதா? அடுத்தவர் சொன்ன நேரத்துக்கு அவரைச் சந்திக்கப் போகத்தான் வேண்டும்.

'இன்று போய் நாளை வா' என்று சொல்லும் ராவணர்களை (நம் கண்ணுக்கு அவர்கள் ராமர் இல்லை, ராவணன்தான்!) என்ன செய்வது? மீண்டும் போய்ப் பார்ப்பதா? அல்லது புதிய வாய்ப்புள்ள வாடிக்கையாளரை நாடிப் போவதா?

இந்தக் கேள்விகளுக்கான பதில்கள், நமக்கிருக்கும் வாய்ப் பினைப் பொறுத்தது. கைவசம் அதிக டேட்டாபேஸ் இல்லை. அல்லது இருப்பவை எல்லாம் சத்தானவை என்றால், இரண்டாம் முறை, மூன்றாம் முறைகூட தாராளமாக படையெடுக்கலாம்.

இவரில்லாவிட்டால் இன்னொருவர் என்று சொல்லக்கூடிய நிலையில் நமது டேட்டாபேஸ் வளமாக இருந்தால், 'ஒருவரை ஒருமுறை மட்டுமே கேட்பேன்' என்று போய்க் கொண்டே யிருக்கலாம்.

பிராங்க் பெட்கெர் என்று ஒரு விற்பனையாளர் சொல்கிறார், அவருடைய மொத்த விற்பனையில், 70 விழுக்காடு, அவர் போய்ப் பார்த்துக் கேட்டபோது, முதல் முறையே வாய்ப்பு தந்தவர்களிடம் இருந்ததுதான் வந்ததாம். முதல்முறை வேலை முடியாமல் இரண்டாவது முறையும் சந்தித்து முயற்சித்ததில்

வெற்றி கண்டது 23 விழுக்காடு. மூன்றாம் முறையும் கேட்ட போது சம்மதித்தவர்கள் 7% மட்டும்தானாம்.

சந்திக்கக் கூடியவர்கள் (டேட்டாபேஸ்) அதிகமிருக்கும்பட்சம், ஒருமுறை முயற்சித்து, பிறகு அவர்களையே கேட்டுக் கொண்டிராமல் அடுத்தவர்களைப் பார்க்க நகர்ந்து கொண்டே யிருக்கலாம்.

70:23:7 என்கிற விகிதாச்சாரம் பிராங்க்குக்கு. அதே கணக்குதான் நமக்கும் என்று சொல்ல முடியாது. ஆளுக்கு ஆள் மட்டுமல்ல, சமயத்துக்கு சமயம் ஒரே நபருக்கும் இது மாறுபடும். நமக்கு எப்படி என்பதை நாம்தான் கணக்கிட வேண்டும்.

பிராங்க் செய்ததுபோல ஒவ்வொரு விற்பனையாளரும் மாத முடிவில் தனது விற்பனையின் இப்படிப்பட்ட கூறுகளைப் பிரித்து அலசிப் பார்க்க வேண்டும். அதற்குத் தேவை, தகவல் களஞ்சியத்தைப் போலவே, முடிவுறும் விற்பனைகளையும் இரண்டு நோட்டுப் புத்தகங்களில் அதே முறையில் குறித்து வருவதுதான். பின்னர் ஆராயலாம்.

எவ்வளவு விற்பனை என்கிற தகவல் என்பது இன்றைய தேவைக்கு. எங்கிருந்து, எதன் மூலம் எவ்வளவு என்று பிரித்துப் பார்த்து தெரிந்து கொள்ளும் தகவல் வருங்கால வருமான உத்திர வாதத்துக்கு. எதில் கூடுதல் முயற்சி தேவை? எங்கே செலவும் நேரமும் உழைப்பும் வீண்? தெரிந்து கொண்டு விடலாம்.

இப்படிப்பட்ட நோட்டுப்புத்தகங்களை மாதத்துக்கு ஒன் றாகவோ, அல்லது ஆண்டுக்கு ஒன்றாகவோ வைத்துக் கொள்ள லாம். அலுவலக/வீட்டு அலமாரியில் வரிசையாக அடுக்கி வைத்துக் கொள்ளலாம். வாழ்நாள் முழுமைக்கும் பாதுகாக்கவும் செய்யலாம். காரணம், இவையெல்லாம் நமது உழைப்பு மற்றும் சாதனைகளின் பதிவுகள் அல்லவா!

ஒவ்வொரு சேல்ஸ் கால் முடிந்ததும், திரும்பி வரும் வழியில் (வண்டி ஓட்டும் போதல்ல...) யோசிக்கலாம். Reflection என்பார்கள். நடந்ததை அசைபோடுவது அல்ல, 'ஏன் அப்படி? எதனால் வேறுவிதமாக இல்லை' என்று யோசிப்பது. அதி லிருந்து கற்றுக்கொள்வது. புரிந்து கொண்டதை, உணர்ந்ததை அடுத்த முயற்சிக்குப் பயன்படுத்துவது. இந்தப் பழக்கம் நமக்குக் கிடைக்கும் வெற்றிகளை அதிகமாக்கும்.

திட்டமிடுவது

ஒவ்வொரு வாவா வையும் சந்திக்கப் போவதற்கு முன், அந்தச் சந்திப்பு எப்படியிருக்கும், எப்படியிருக்க வேண்டும், அதனை எப்படி நமக்குச் சாதகமாக்கிக் கொள்வது என்று திட்டமிட வேண்டும். அதற்குக் கீழ்க்கண்ட கேள்விகளுக்குப் பதில்களை கண்டுபிடிக்க வேண்டும்.

- எதற்காகப் போகிறோம்? நமது குறிக்கோள் என்ன?
- சந்திக்கப் போகும் நபர் எப்படிப்பட்டவர்? அவருடைய விருப்பு, வெறுப்புகள் என்ன?
- போகும் நேரம், சூழ்நிலை எப்படியிருக்கும்?
- அவருடைய பொருளாதார நிலை எப்படி?
- விற்கும் பொருளின் விலை அவருக்கு சாதாரணமானதா?
- அவர் என்ன மறுப்புகள் சொல்லக்கூடும்?
- அதற்கு எவை சரியான பதில்களாக இருக்கும்?
- என்ன காரணத்துக்காக அவர் கட்டாயம் வாங்குவார்? (Compelling reason)
- எவற்றையெல்லாம் நாம் அவசியம் எடுத்துப்போக வேண்டும்?
- எப்படிப் பேசினால், அவரிடம் எடுபடும்?

மிகப் பெறும் வெற்றியாளர்கள் என்ன செய்வார்கள் தெரியுமா? தாங்கள் ஒரு வாவாவை சந்திக்கப் போகிறோம். அங்கே என்ன, எப்படி நடக்கும் என்பதை மனத்திரையில் ஒரு திரைப்படம் போலவே, பகுதி பகுதியாக நினைத்துப் பார்த்துவிடுவார்கள். ஒத்திகை பார்த்த நாடகக்காரர், அதிகம் பயிற்சி செய்த வி.வி.யைப் (விளையாட்டு வீரர்தான்) போன்றவர்கள் எப்படி சுலபமாகச் செயல்பட்டு, கூடுதல் வெற்றி பெறுவார்களோ, அப்படிப்பட்ட வெற்றியை அவர்களும் பெறுவார்கள்.

வாவா வை சந்திக்கப் போகிறோம். விற்பனையின் முக்கிய பகுதி இது. அதன் முக்கிய பகுதிகள் என்ன?

விற்பனை பேச்சின் மூன்றடுக்கு வழிமுறை

1.	2.	3.
வாடிக்கையாளர் சந்திக்கும் பிரச்னை அல்லது எதிர்நோக்கும் அபாயம் குறித்த விழிப்புணர்வை அவரிடம் அதிகரிப்பது.	துரிதமாக அதற்குத் தீர்வு காண வேண்டிய அவசியத்தைத் தெரியப்படுத்துவது.	நம் பொருள்/சேவை அதற்கு ஏற்ற சரியான/பொருந்துகிற தீர்வாகும் என்று எடுத்துச் சொல்வது.

வாடிக்கையாளர்களைப் புரிந்துகொள்வது

வாடிக்கையாளர்கள்தான் நம் உயிர். அவர்கள் இன்றி நம் முன்னேற்றம் இல்லை. அவ்வளவு முக்கியமான வாடிக்கை யாளர்கள் பற்றி நமக்குத் தெரிந்திருப்பது அவசியம். அவர்களின் தனித்தனி குணாதிசயங்கள் நமக்குத் தெரியாமல் இருக்கலாம். ஆனால் அவர்களின் பொதுவான குணநலன்கள் என்ன? அவர் கள் எதுபோன்ற சந்தர்ப்பங்களில் எப்படி நடந்து கொள்வார்கள்? இவற்றைப் பற்றித் தெரிந்து வைத்திருப்பது உதவும்.

- வாடிக்கையாளர்கள் தோற்றத்தை வைத்து அவர்களைப் பற்றி முடிவு செய்ய வேண்டாம்.
- அவர்கள் நம்மை நம்பி இல்லை, அவர்களிடம் விற்க, அவர்களுக்கு வேண்டிய சேவை செய்ய, சந்தையில் பலர் காத்திருக்கிறார்கள்.
- அவர்கள் விவரமானவர்கள்.
- அவர்களிடம் வாங்குவதற்குப் பணம் உண்டு. அவர்களால் அதற்கான ஏற்பாடுகளைச் செய்து கொள்ள முடியும்.
- இவையெல்லாவற்றையும்விட முக்கியமானது, அவர்கள் உணர்ச்சிவசப்படக் கூடியவர்கள் என்பதுதான். பெரும் பாலான விற்பனை முடிவுகள் ஒரு சில நொடிகளில் எடுக்கப்படுகின்றன. முடிவு எடுப்பது வாடிக்கையாளர்தான். அவருடைய உணர்வு, முடிவு எடுக்கத் தூண்டுவதால் வாங்குகிறார், அல்லது மறுத்துவிட்டுக் கிளம்பி விடுகிறார்.

சிந்தித்து, அலசி ஆராய்ந்து பார்ப்பது - அறிவுத்திறன். அதனை 'ரேஷனல் மைண்ட்' என்கிறார்கள். ஆசை, பயம், வெட்கம் போன்றவை உணர்வுகள். அதனை 'எமோஷனல் மைண்ட்' என்பார்கள். வாடிக்கையாளர்கள், அறிவுத்திறன் பயன் படுத்தியே முடிவெடுக்க விரும்பினாலும், பல சமயங்களில் அவர்கள் எடுக்கும் முடிவுகளுக்குக் காரணம் அவர்களுடைய உணர்வுகளே.

- பணம் இல்லாவிட்டால் மகளுக்குத் திருமணம் செய்வது சிரமமாகி விடும்.
- இப்போதே போதிய அளவு சேமிப்பில்லாவிட்டால் பணி ஓய்வுக்குப் பிறகு சிரமப்பட வேண்டி வரும்.
- வரும் காலத்தில் மருத்துவச் செலவுகள் அதிகமாக இருக்கும். மருத்துவக் காப்பீடு இல்லாவிட்டால் சிரமம்தான்.

என்றெல்லாம் தெரிய வந்தால், அவர்களிடம் பதற்றம் வரும்.

ஒவ்வொருவருக்கும் ஒவ்வொரு தேவை இருக்கும். அதைப் பற்றி ஆழமான நம்பிக்கையிருக்கும். அதைப்பற்றி ஏதேனும் சொல்லப்பட்டால் அது அவர்கள் உணர்வுகளைத் தொடும். அந்தச் செய்தி அவர்களிடம் பலமாக வேலை செய்யும். என்ன மாதிரி வாக்கியங்கள் எது போன்ற தேவைகளுக்குப் பதிலாக அமையும்?

சொல்வது	**தொடப்படும் உணர்வு**
இந்த வியாபாரத்தில் கிடைக்கும் லாபத்தில் ஒரு பகுதியை நாங்கள் ஆதரவற்ற முதியோருக்காக செலவழிக்கிறோம்.	சிரமப்படுபவர்களுக்கு நாமும் ஏதாவது செய்ய வேண்டும்.
இவையெல்லாம் சுற்றுப்புறச் சூழலை மாசுபடுத்தாத செய் முறையில் தயாரிக்கப்பட்டது.	நானும் ஒரு பொறுப்புள்ள குடிமகன்.
மிகவும் பாதுகாப்பானது.	என்னவானாலும் எனக்குப் பிரச்னை வரக்கூடாது.

சொல்வது	தொடப்படும் உணர்வு
இதுதான் புதியது.	லேட்டஸ்ட் - நான் வித்தியாசமானவன். எப்போதும் லேட்டஸ்ட் பொருள்களைத் தான் பயன்படுத்துவேன்.
நீண்டநாள் உழைக்கக் கூடியது.	கொடுக்கிற காசுக்கு பழுது வரக்கூடாது.
திருப்தியில்லையென்றால் திரும்பக் கொடுத்து விடலாம்.	வாங்கிய பிறகு சரியில்லை என்று தெரிய வந்தால் என்ன ஆகும்
கறார் விலை	ஒரே விலை - மட்டமான பொருள்களுக்குத்தான் தள்ளுபடி கொடுப்பார்கள்.
தாராளமா எடுத்துக்கிட்டுப் போங்க... நாங்கள் ஆள் அனுப்பி காசு வாங்கிக் கிறோம்.	என்னை நம்ப வேண்டும்
உடம்பிற்கு நல்லது.	ஆரோக்கியம் ரொம்ப முக்கியம்
உங்களைப் போன்ற கௌரவமானவர்களுக்கானது.	நான் கௌரவமானவன்

அன்புக்கும் மரியாதைக்கும் மயங்குபவர்கள்

வாடிக்கையாளர்களைச் சரியாகப் புரிந்து கொள்ள, அவர்களைப் பேச விடவேண்டும். அதற்கேற்ப நாம் கேள்விகள் கேட்க வேண்டும்.

ஒரு பெரிய நிறுவனத்தின் தலைமைப் பொறுப்பில் இருப்பவர் அவர். அது ஒரு வீட்டுக் கடன் கொடுக்கும் நிறுவனம். காசோலை ஒன்றை, அவருடைய வங்கிக் கணக்கில் கட்டிவிட்டு வரச்சொல்லி, அலுவலரை அனுப்பினார்.

சென்றவர் திரும்பி வந்தார். ‘சார், இதை இந்த வங்கியில் கட்ட முடியாதாம்.’

வங்கியில் சொன்ன பதிலை முழுவதும் கேட்டுக் கொள்ளக் கூட அவரால் முடியவில்லை. செயலாளரை போனில் அழைத்து, அந்த வங்கி மேலாளருக்குத் தொடர்பு கொடுங்கள்' என்றார்.

தொடர்பு கொடுத்தவர் வங்கி மேலாளரிடம் சொல்லி விட்டார். 'எங்க தலைமை நிர்வாகி பேச விரும்புகிறார்'. தொடர்பு கொடுக்கப்பட்டது. 'ஏன் அந்தக் காசோலையை கட்ட முடியாது?' தலைமை நிர்வாகி கோபமாகக் கேட்க, மறுமுனையில் பேசியவர், 'அப்படியா? யார் சொன்னார்கள்? சாரி, சார். தவறாக தெரியாமல் சொல்லிவிட்டார்கள். மன்னித்துக் கொள்ளுங்கள்.'

'அப்ப என்ன செய்யலாம்?' காசோலையைக் கட்டுவதற்கு, 'நான் திரும்ப அனுப்பவா?'

'நீங்க சிரமப்பட வேண்டாம் சார். நானே ஆள் அனுப்பி வாங்கிக் கொள்கிறேன்'. அவர் அப்படிச் சொன்னதும், நம்ம ஆள் உணர்வு ஒரு நொடியில் இறங்கி விட்டது. 'அப்படியா? வெரிகுட், வெரி குட். அனுப்புங்கோ, ஆமாம் நீங்க யார்ன்னு சொன்னீங்க?'

'வங்கி மேலாளர் மிசஸ் அம்பிகா தியாகராஜன் சார்.'

அதன்பிறகு அம்பிகா தியாகராஜன், அவர் வங்கி மூலம், வீட்டுக்கடன் கொடுக்கும் நிறுவனத்துக்குப் பல கோடி ரூபாய் கள் கடன் கொடுத்து, நல்ல விற்பனை செய்தார்.

பேசுபவர் பெரிய ஆள். அவருடைய ஈகோ முக்கியம். அதற்கு ஏற்ப நாம் (மரியாதை கொடுத்து - நான் ஆள் அனுப்பி வாங்கிக் கறேன் சார்...) பேச, அங்கே நமக்கு வெற்றி.

CRI பம்ப் நிறுவனர் சௌந்தரராஜன். உழைத்து முன்னேறியவர். இன்று பிரமாதமாக வியாபாரம் செய்து வருபவர். தொடக்க காலத்தில், அவருடைய பொருள்களை எடுத்துக் கொண்டு போய் கடை கடையாக வாங்கிக் கொள்ளச் சொல்லிக் கேட்பார். ஒரு குறிப்பிட்ட கடையில் ஒரு நாளும் மாறாமல் வேண்டாம் என்று சொல்லி விடுவார் அதன் முதலாளி. ஆனாலும் சௌந்தர ராஜன் அங்கே போகத் தவறியதில்லை. ஆச்சரியத்துடன் ஒருநாள் அந்தக் கடை முதலாளி கேட்டார், 'நான் ஒருநாளும் வாங்கியதில்லை. ஆனாலும், என் கடைக்கு தவறாமல் வந்து போகிறீர்களே?'

சௌந்தரராஜன் சொன்னார், 'அய்யா உங்க முகத்தைப் பார்த்து விட்டுப் போனால், எனக்கு நன்றாக வியாபாரம் நடக்குதுங்க.'

அதன் பிறகு அந்த முதலாளியால், சௌந்தரராஜனிடம் வாங்காமல் இருக்க முடியுமா என்ன?

ஜெயித்தது சௌந்தரராஜன்.

கட்டாயத்தை விரும்பாதவர்கள்

2009 ஜனவரி சென்னை புத்தகக் காட்சி நூற்றுக்கணக்கான ஸ்டால்கள், லட்சக்கணக்கான புத்தகங்கள். அலைமோதிய கூட்டம். பல பெரிய மனிதர்களும் வந்திருந்தார்கள். 'சிறந்த நிர்வாகி ஆவது எப்படி?' என்கிற என் புதிய புத்தகம் பல கடைகளில் விற்பனைக்கு வைக்கப்பட்டிருந்தது. என்னைச் சந்தித்த ஒரு கடையின் விற்பனை மேலாளர் அவருடைய ஓர் அனுபவத்தை என்னிடம் பகிர்ந்து கொண்டார்.

ஒரு பெரிய துணிக்கடையின் பெயரைச் சொல்லி, அதன் முதலாளி நேற்று வந்திருந்தார். புத்தகங்களைப் பார்த்தார். நான் உங்களுடைய, சிறந்த நிர்வாகி ஆவது எப்படி? புத்தகத்தைக் கையில் எடுத்துக் கொடுத்து அதைப் பற்றி விளக்கமும் சொன்னேன். ஆனால் என்னவோ தெரியவில்லை, கடையை விட்டு வெளியேறும்போது அதை வாங்காமல் வைத்துவிட்டுப் போய் விட்டார் என்றார்.

அவர் வாங்காமல் விட்டுவிட்டுப் போனதன் காரணம் என்ன தெரியுமா? சிலருக்கு, எதையும் கட்டாயப்படுத்தினால் பிடிக்காது. அவர்களாகவே எடுக்க வேண்டும். பார்க்க வேண்டும். 'நான் சொல்லித் தருகிறேன்' என்று நெருங்கினால், 'நீ யார் எனக்குச் சொல்ல, எனக்கே தெரியும். நகர்' என்று விலகி விடுவார்கள். இதுவும் ஓர் உணர்வு செய்த வேலைதான்.

4

மாபெரும் விற்பனை

நமக்கான அப்பாயின்ட்மெண்ட்களைப் பெற்றுத் தருவதற்கு வசதியாக ஒரு டெலிகாலர் இருந்தால் நல்லது. அப்படி யாரும் இல்லாவிட்டால் மிகவும் நல்லது.

'டெலிகாலர் இல்லாவிட்டால் மிகவும் நல்லதா? அட, ஏன் அப்படி?' என்று கேட்கத் தோன்றுமே. ஏன் தெரியுமா? அப்படி ஒருவர் இல்லாவிட்டால், தொலைபேசியில் வா.வா.வுடன் நாமே பேசும்போது நமக்கான விற்பனை என்கிற காரணத்தால் கூடுதல் ஆர்வமாக அக்கறையாகச் செய்வோம். தவிர, பேசும் போதே முக்கால்வாசி 'ஆள் எப்படி?' என்கிற கணிப்பினையும் முடித்து விடுவோம். அந்த நேரடி தகவல் நமக்கு ஒரு கூடுதல் பலம் அல்லவா?

அதனால் என்னதான் வளர்ச்சியடைந்து விட்டாலும், இதைச் செய்யத் தயங்க வேண்டாம்.

பேசும்போது, கூனிக் குறுக வேண்டாம். தொந்தரவு செய்கிறோமோ என்கிற குற்ற உணர்வும் தேவையில்லை. நம்மிடம் ஒரு பொருளோ, சேவையோ இருக்கிறது. அது தரமானது, அதனை தேவையுள்ள ஒருவருக்கு கொடுக்க முயற்சிக்கிறோம். அந்த விற்பனையால் நமக்கு மட்டுமல்ல, வாங்குபவருக்கும்தான் பலன். ஆகவே, தைரியமாகப் பேச வேண்டும்.

தைரியமென்றால், அதட்டல், அலட்டல்கள் இல்லை. தெளிவான பேச்சு. அதுவே மதிப்பை உருவாக்கும் கவனம் பெறும், கேட்பவரை பதில் சொல்ல வைக்கும்.

'பேசலாமா?' என்று அனுமதி கேட்டுப் பேசுவது நாகரிகம் மட்டுமல்ல, உதவியும் செய்யும். 'இப்போது வேண்டாம்' என்று அவர் சொன்ன பிறகு, 'பிறகு எப்போது?' என்று கேட்க வேண்டும். விவரம் கேட்டுக் கொண்டு, வேண்டாம் என்றால், வேறு எவருக்கும் தேவைப்படுமா? அவர்கள் விவரம் (ரெஃபரென்ஸ்) கொடுக்க முடியுமா? என்றும் கேட்கலாம்.

நமது பேச்சில் ஓர் உறுதியும் தெளிவும் வருவதற்கு என்ன செய்யலாம் என்று கேட்டால், தரையிலோ, நாற்காலியிலோ அமர்ந்து கொண்டு இப்படிப்பட்ட கோல்ட் கால்களை பேச வேண்டாம். எழுந்து நின்று பேசலாம். உயரதிகாரிகள் எவரும் தொடர்பு கொண்டால், இருக்கும் நிலை மறந்து உடன் தன்னிச்சையாக தொலைபேசியிலேயே கையுயர்த்தி, 'சல்யூட்' அடிக்கும் காவல் துறை அதிகாரிகளைப் போல, எழுந்து நின்று பேச, நம்மிடமும் ஒரு தெளிவும் வேகமும் இருக்கும். பேசும்போது மகிழ்ச்சியாகப் பேச வேண்டும். நம் மகிழ்ச்சியும் ஆனந்தமும் நம்மோடு எதிர்முனையில் பேசுபவருக்குத் தெரியவா போகிறது என்று கேட்க வேண்டாம். காரணம், குரலில் வழியும் உணர்வுகள் எதிர்முனையில் உள்ளவருக்கு சுலபமாகத் தெரிந்து விடும்.

மகிழ்ச்சியுடன், ஆர்வத்துடன் பேசுபவர்களை மறுப்பது எவருக்குமே சிரமம். வாவாக்கள் விதிவிலக்கல்ல. சிலர் 'எல்லாவற்றையும் மின்னஞ்சலில் அனுப்புங்கள். பார்த்துக்கொண்டு, பின்னால் தேவையானால் அழைக்கிறேன்' என்பார்கள். விட்டுவிடக் கூடாது. வெகு சிலரே மின்னஞ்சலில் வருவதை எல்லாம் படிப்பார்கள். படிக்கக் கிடைக்கும் நேரமோ, அதற்கான தூண்டுதலோ குறைவுதான். அதனால் இயன்ற வரை, அதைப் பின்பு கட்டாயம் அனுப்புகிறேன். உடன் நானும் நேரில் பார்த்து சில விஷயங்கள் சொல்ல விரும்புகிறேன் எனலாம்.

சில நிறுவனங்களை தொடர்புகொண்டு பேச முயலும்போது, போனை எடுப்பவர்கள் அந்த நிறுவனத்தின் வரவேற்பாளர் (ரிசப்ஷனிஷ்ட் அல்லது பிரண்ட் ஆபீஸ் எக்ஸிகியூடிவ்) ஆக இருப்பார். 'யார் வேண்டும்? என்ன விஷயமாக பேசணும்?' என்று தெளிவாகக் கேட்பார்கள்.

அது அவர்கள் வேலை. கேட்கட்டும். நாம் நம் வேலையைச் செய்வோம். அதனால் பயமோ தயக்கமோ வேண்டாம். நாம் யார் என்று தெளிவாகச் சொல்ல வேண்டும். நம் பெயரைச் சொல்லும் போது நமக்கே பெருமையாக உள்ளதுபோல குரல் இருக்க வேண்டும். தண்ணீருக்குள் இருந்து பேசுவதுபோல பேசக் கூடாது. அப்படி சுரத்தின்றி பேசினால், நாம் சொல்வதை முழுவதும் கேட்டுக்கொள்ளாமலே, ரிசப்ஷனிஷ்ட் தொலை பேசி இணைப்பினை துண்டித்துவிடலாம்..

யாரைப் பார்க்க வேண்டும் என்கிற கேள்விக்கும் தைரியமாகவே பதில் சொல்ல வேண்டும். நம் பேச்சின் தொனிதான், நமக்கான மரியாதையை முடிவு செய்கிறது. அப்படி, தெளிவாக, உறுதி யாக பேசுபவர்களை சாதாரணமாக அலட்சியப்படுத்தி, பதில் சொல்லாமல் விட முடியாது. நாம் யாரிடம் பேச வேண்டும் என்று கேட்கிறோமோ, அவர் அப்போது அங்கே இல்லை என்றாலோ அல்லது அந்த நேரத்தில் பேச முடியாது என்றாலோ தவறில்லை. நாம் அழைக்கும் நேரத்தில் அவர் நமக்காகக் காத்திருப்பார் என்று எதிர்பார்க்கமுடியாது. அதே சமயம் அவரை மீண்டும் எப்போது தொடர்பு கொள்ளலாம், அவரிடம் பேசு வதற்கு எது சரியான நேரமென்று கேட்க வேண்டும். காரியம் கைகூடவேண்டும். அது முக்கியம்.

புறப்படு தோழா

ஆயிற்று. 'வா' என்று சொல்லி விட்டார்கள். திட்டமிட்டபடி கிளம்புகிறோம். எடுத்துக் கொள்ள வேண்டியதை எல்லாம் நினைவாக எடுத்துக் கொள்ள வேண்டும். நாமென்ன வெளி யூருக்கா போகிறோம்? அதென்ன எடுத்துக்கொள்ளவேண்டி யவை! என்று கேட்கத்தோன்றுகிறதா? இருக்கிறதே!!

அஞ்சறைப் பெட்டி

இருபது முப்பது ஆண்டுகளுக்கு முன்பு பார்த்திருக்கலாம் (என்னளவு 'இளமை'யானவர்களாக நீங்களும் இருந்தால்). சவரம் செய்பவர்கள் கைகளில் ஒரு பெட்டி இருக்கும். அது அவர்களுடைய 'டூல் பாக்ஸ்'. உள்ளே சோப்பு, சீப்பு, கண்ணாடி, கத்திரி, கத்தி வகையறாக்கள் இருக்கும். இதில்லாமல் அந்த நடமாடும் நாவிதர்களின் வேலை ஆகாது.

மெக்கானிக் கையிலும் (டூல்) பெட்டி, மெடிக்கல் ரெப்ரசன் டேட்டிவ்ஸ் கையிலும் பெட்டி, மருத்துவர்கள் கையிலும் பெட்டி. விற்பனையாளர்களான நமக்கும் அப்படி ஒன்று தேவை. அதுதான் நமது நடமாடும் அலுவலகம். அதனை சுமை யாகக் கருதக் கூடாது. விற்கும் பொருளின் சேவையைப் பொறுத்து, தேவையான அத்தனை தாள்களும் படிவங்களும், பேப்பர் பேனா, ஸ்டேப்லர், கிளிப்புகள், ஹைலைட்டர், ஒட்டு வதற்கு கம் என சகலமும் சிறிய அளவுகள் இருந்தே ஆக வேண்டும்.

விற்பனைக்கு சிலரிடம் வெறும் வாய்ப்பேச்சு எடுபடாது. சார்ட்டுகள், அட்டவணைகள் போன்றவறைப் பார்க்கவோ, பத்தி பத்தியாக விவரங்கள் படிக்கவோ விரும்புவார்கள். ஆக, நிறுவனம் தயாரித்திருக்கும் பாம்ப்லெட்டுகள், லீஃப்லெட்டுகள் போன்றவற்றை எல்லாம் உடன் வைத்திருக்க வேண்டும். ஆம், முன்பு பார்த்த 'டே புக்' போன்ற நோட்டுப் புத்தகங்களும்தான்.

கைப்பெட்டியுடன் (பிரீஃப்கேஸ் அல்லது லெதர் பேக்) ஒரு சோப்பும் சீப்பும் இருக்கலாம். நம்மைச் சீர்செய்து கொள்ள வாசனை திரவியம் (பாடி ஸ்ப்ரே), பௌடரும் வைத்துக் கொள்ளலாம். தவறில்லை. பிஸ்கெட் பாக்கெட்டும், குட்டி தண்ணீர் பாட்டிலும் நினைவுக்கு வந்தால், நீங்கள் ஒரு ஜாக்கிரதையான நபர்தான். காரணம், அல்சரைத் தவிர்க்கிறீர்கள். தவிர எங்கே, எவ்வளவு நேரம் ஆகுமோ? கவனம் சாப்பாட்டின் மீது போகாமல், அதற்காக அலையாமல் இருக்க இது உதவும்.

ஒவ்வொரு நாள் இரவு உறங்கப் போவதற்கு முன், இந்தப் பெட்டியை சரிபார்த்து, தேவையானது அனைத்தையும் எடுத்து வைத்து விடுவது நல்ல பழக்கம்.

என்னிடம் மடிக்கணினி (லேப்டாப்) இருக்கிறது என்பவர்கள், அதன் பக்கவாட்டுப் பையில் இவற்றை வைத்துக் கொள்ளலாம்.

ஒப்புக்கொண்ட/முடிவு செய்து கொண்ட நேரத்துக்கு ஐந்து நிமிடங்கள் முன்பாக போய் விட வேண்டும். 'அதெப்படி சரியாகப் போக முடியும்? போக்குவரத்து நெரிசல்கள் போன்றவை இருக்குமே!' என்று யோசிக்க வேண்டாம். முடியும். மிக முக்கியமான சந்திப்பு, பெரிய மனிதர்களுடன் சந்திப்பு என்றால் அந்த இடத்துக்கு (அவர் இடத்துக்கு அல்ல

அந்த ஏரியாவுக்கு), அரைமணி முன்பாகவே போய்விட்டு, சுலபமாக வாவாவின் வீடு அலுவலகத்துக்குப் போகக் கூடிய ஓரிடத்தில் (ஹோட்டல், தேநீர் கடை) காத்திருக்க வேண்டும்.

ஏன் குறிப்பிட்ட நேரத்துக்கு போக வேண்டும், அதைவிட முன்கூட்டியே போய்விடலாமே! வேண்டாம். அவர்கள் வேறு வேலையில் இருப்பார்கள். அதனால்தான் சந்திப்பிற்கென்று குறிப்பிட்ட நேரம் கொடுத்திருக்கிறார்கள். முன்கூட்டியே போய் நிற்பது வாவாவை தொந்தரவு செய்யலாம். சில வாவாக்கள் எரிச்சலடைந்து விடுவார்கள்.

சென்று காத்திருக்கும் இடத்தில் புகை பிடிப்பது (இனி முடியாதோ!), சத்தமாக கைபேசியில் பேசுவது போன்றவற்றைத் தவிர்க்க வேண்டும். அங்கிருக்கும் மற்றவர்களுடன் அனாவசியமான பேச்சுக்களையும் தவிர்த்துவிட வேண்டும்.

நேரே சந்தித்தல்

அவர் (வா.வா) வந்தாயிற்று. அவருக்கு நம் நினைவு இல்லாமல் இருக்கலாம். அவர் மனநிலை (மூட்தான்) சரியில்லாமல் இருக்கலாம். நம் வருகையையும் அவர் பெரியதாக பொருட்படுத்தாது இருக்கலாம். எது எப்படி இருந்தாலும், நாம் புன்னகையுடன் வணக்கம் சொல்லவேண்டும். அல்லது கைகுலுக்க முதலில் கைநீட்ட வேண்டும். உடன் சுருக்கமாக நாம் வந்த நோக்கம் பற்றி தெளிவாகச் சொல்ல வேண்டும்.

நம் பெயர், நிறுவனம் பற்றி அவசியம் தெரிவிக்க வேண்டும். அடுத்து நமது விசிட்டிங் /பிசினஸ் (இரண்டும் ஒன்றுதான்) அட்டையைக் கொடுக்க வேண்டும்.

அந்தச் சிறிய அட்டையைக் கொடுக்க மரியாதையான முறை ஒன்று இருக்கிறது. சாதரணமாக எடுத்து நீட்டக் கூடாது.

இரண்டு கைகளாலும் (கட்டை விரல்கள் நகங்கள் மேல்பக்கமாக -வானம் பார்க்கும்படி) அட்டையைப் பிடித்து நீட்ட வேண்டும். அப்படி நீட்டும்போதே, அட்டையில் உள்ள, நம் / அல்லது நம் நிறுவனப் பெயரை, வாங்குபவர் படிக்கக் கூடிய விதமாக அவர் பக்கம் திருப்பி நீட்ட வேண்டும். இது மிக முக்கியம். இப்படிச் செய்ய அவரும் நம் செயல் மீது கவனம் வரப்பெற்று பார்ப்பார். 'நல்ல வேலை தெரிந்த ஆள்' (புரஃபஷனல் ஆக இருக்கிறார்)

என்பது போல மதிப்பும் கொள்ளலாம். பின்பு நாம், நமது கைப்பேசியை எடுத்து அதனை அணைக்கலாம் அல்லது அமைதிப்படுத்தலாம். இதுவும் அவரிடம், நம் வேலை இவருக்கு முக்கியம் என்று நினைக்கிறார் என்கிற எண்ணத்தை உருவாக்கும். கூடுதல் மரியாதையைப் பெற்றுத் தரும்.

உட்கார்ந்து பேசலாம், உட்காரும் விதம், நம்மை மதிக்கும் விதமாகவும், அதே சமயம் அவரை மதிக்கும் விதமாகவும் இருக்க வேண்டும்.

இனி பேச ஆரம்பிக்கப் போகிறோம். இந்த உரையாடல்தான் பழத்தின் சதைப்பகுதி போன்றது. கவனம் தேவை. இந்தச் சந்திப்பின்போது செய்ய வேண்டியவை என்ன? சுருக்கமாகச் சொன்னால், நாலு நிலைகள்.

நோக்கங்கள்

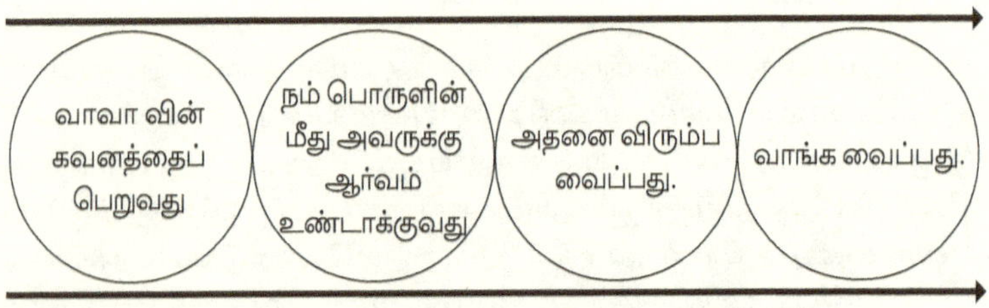

பேசும்போது நினைவில் வைத்துக் கொள்ள வேண்டியவை

- வாவா புத்திசாலி
- அவர் முடிவு செய்தால்தான் விற்பனை நடக்கும்
- அவரும் பேச விரும்புவார்
- அவர் மீது திணிக்க முயன்றால் அவர் விலகி விடுவார்
- அவர் நம்மோடு விவாதம் செய்ய முடிவு செய்தவரல்ல
- அவருக்கு சரி என்று தோன்றி விட்டால் கட்டாயம் வாங்குவார்
- ஒவ்வொரு வாவாவும் வெவ்வேறான குணாதிசயங்கள் கொண்டவர்களாக இருக்கலாம். அவர்களின் சூழ்நிலைகள், வசதிகளில் வேறுபாடுகள் இருக்கும்

- எல்லா மனிதர்களையும் போல, அவரும் மரியாதையையும் முக்கியத்துவத்தையும் விரும்புவார்
- மறந்தும் அவரை இளக்காரமாகவோ, கேலியாகவோ பேசிவிடக் கூடாது.
- அவர் சொல்வதில் உள்ள நியாயங்களை காது மட்டுமல்ல, மனமும் லயித்துக் கேட்க வேண்டும்
- அவர் பேச்சில் உள்ள சரியானவற்றை வெளிப்படையாக ஆமோதித்து, அங்கீகரிக்க வேண்டும்
- நம் வேலை முடிய வேண்டும் என்கிற அவசரம் காட்டலாகாது
- அவர் நேரத்தை நாம் மதிக்க வேண்டும்
- அவருடைய அந்தரங்கங்களில் ஆர்வம் காட்டக் கூடாது

விவரம் தயாரிக்கவேண்டும்

தனி நபர்களுக்கோ அல்லது நிறுவனங்களுக்காகவோ நாம் ஒரு பொருள் அல்லது சேவையை விற்கிறோம். அதற்காகத்தான் நம்மை வரச்சொல்லியிருக்கிறார்கள். அந்த சேவை (காப்பீடு அல்லது பயிற்சி வகுப்பு அல்லது வேறு ஏதோ) பற்றிய விவரங் களையும், அதன் கட்டணங்கள் மற்றும் பிற நிபந்தனைகளையும் (சேவை வரி, முன்பணம் போன்றவை) எழுதி எடுத்துப் போயிருக்கிறோம். சுருக்கமாக Submitting a Proposal என்றால், அதில் எவரிடம் வழங்குகிறோமோ அவர் பெயர், அவருடைய நிறுவனத்தின் பெயர், துறை மற்றும் கொடுக்கிற தேதி முதலிய வற்றை முதல் பக்கத்தில் தெளிவாகக் குறிப்பிட வேண்டும்.

இப்படிச் செய்வது அவர்களுக்காகவே சிந்தித்துப் பிரத்யேக மாகத் தயாரிக்கப்பட்டது என்ற உணர்வைக் கொடுக்கும். இது நம் பக்கம் வலு சேர்க்கும். பொருளை வாங்க கட்டாயப் படுத்தும்.

தொடர்புகளைக் கண்டுபிடி

வாவாவின் சொந்த ஊர், அவர் படித்த பள்ளி, கல்லூரி, வேலை பார்த்த இடங்கள், அவருக்கு பிடித்தவை, பிடிக்காதவை என்று அவருக்கும் நமக்குமான ஏதாவது ஒரு தொடர்பினைக் கண்டுபிடித்து, அந்த நூலைப் பிடித்துக்கொண்டால் ஆரம்ப பேச்சுக்கள் சுலபமாக இருக்கும்.

தொடக்கப் பேச்சுக்கள் - அளவோடு

'வெளியில நல்ல வெயில் சார்.'

'உங்க ஆபீஸ் நல்லா பெரிய ஆபீசா இருக்கே சார்...'

இவையெல்லாம் என்ன? பேச்சை ஆரம்பிப்பதற்காக பேசப் படுபவை. 'இன்னைக்கு வெயில் கொஞ்சம் அதிகம் சார். மழை வருமோ?', 'போக்குவரத்து நெரிசல் எப்படி?' 'உடைகள் நன் றாக இருக்கின்றன'. 'முன்தினம் நடந்த கிரிக்கெட் போட்டி முடிவுகள்' போன்றவை எல்லாம், உரையாடலைத் தொடங்க உதவும் பொது விஷயங்கள். உப்பு மாதிரி, ஊறுகாய் மாதிரி இவற்றைப் பற்றிக் கொஞ்சம் பேசலாம். முன்பின் தெரியாத வருடன் உரையாடலைத் தொடங்க இவை உதவும்.

அதற்காக அதிக நேரம் இதிலேயே மூழ்கிவிடக் கூடாது. எதற்காக கிளம்பிப்போயிருக்கிறோமோ அந்த வேலையைப் பார்க்க வேண்டுமல்லவா?

சீக்கிரம் படத்தைப் போடு..

கையில் லேப்டாப் கொண்டுபோயிருக்கலாம். அதிலிருக்கும் ஒரு 'ப்ரசன்டேஷன்'ஐ காட்டிப் பேசுவது நமது பலமாக இருக்கலாம். அல்லது நாம் விற்கும் எந்திரத்தின் செய்முறையை நடத்திக் காட்டுவது நம் திட்டமாக இருக்கலாம். அல்லது பெட்டியில் இருந்து நமது விற்பனைப்பொருள் தொடர்பான பேப்பர்களை எடுப்பதாக இருக்கலாம்.

அது எதுவாகவும் இருக்கட்டும். வாவா வந்துவிட்டார், நாம் சொல்வதைக் கேட்கத் தயாராகி விட்டார் என்றால் நாம் உடனடியாகத் தொடங்கி விடவேண்டும். அவரை காக்க வைக்கக் கூடாது. பொதுக்கூட்டத்துக்குப் போகிறோம். அல்லது திரையரங்கில் அமர்ந்திருக்கிறோம். உடனடியாக நிகழ்ச்சி தொடங்காமல் அதிக நேரம் காத்திருக்க வைத்தால் நாம் எப்படி உணர்வோம்? அதேதான். விறுவிறுவென்று ஆயத்தம் செய்து, சுவாரஸ்யம் குறையுமுன் தொடங்கி விடவேண்டும்.

எல்லோரும் ஒன்றல்ல

சில வாவாக்களுக்கு நமக்குத் தெரிந்ததை எல்லாம் வேகமாகச் சொன்னால், அவர்களால் புரிந்துகொள்ள முடியாது. நாம்

விற்கிற பொருள் பற்றி அவர்கள் அதிகம் விவரம் தெரியாதவர் களாக இருக்கலாம். அதனால் நிதானம் தேவை.

வேறு சில வாவாக்களுக்கு பலவும் தெரிந்திருக்கும். அவர்கள் மூளை பரபரவென்று இருக்கும். நாம் ஒன்று சொல்லி முடிப் பதற்கு முன்பே அவர்கள் அதைப் புரிந்துகொண்டுவிடுவார்கள். அதனால் அவர்களுக்கு நம்முடைய நிதானமான விளக்கம் எரிச்சல் தரலாம்.

பேசத் தொடங்கிய சிறிது நேரத்திலேயே அவர்களுடைய மறுவினைகளைக் (ரியாக்ஷன்கள்) கவனித்து, அதற்கு ஏற்றவித மாக நமது விளக்கங்களையும் வேகத்தையும் மாற்றிக் கொள்ள வேண்டும்.

வாக்கினில் இனிமை வேண்டும். இதை எப்போதும் நினைவில் வைத்துக்கொள்ள வேண்டும். அதட்டல், விரட்டல், எரிச்சல் எல்லாம் எந்தச் சூழ்நிலையிலும் வரக்கூடாது.

தாளம் தப்பாமல்

நாம் சொல்வது சரியான வரிசையில் இருக்க வேண்டும். 'லாஜிக்கல் சீக்வென்ஸ்' என்பார்கள்.

'மாதம் எத்தனை லிட்டர் டீசல் போடுவீர்கள்?'

'டீசலா?'

'உங்கள் கார், டீசல் போடவேண்டிய கார்தானே?'

'காரா?'

'நீங்கள் கார் வைத்திருக்கிறீர்கள்தானே?'

'இல்லையே, மோட்டார் சைக்கிள்தான் வைத்திருக்கிறேன்'.

எந்தக் கேள்வியை முதலில் கேட்டிருக்க வேண்டும் என்பதைச் சொல்லவும் வேண்டுமா? கேள்வி - பதில் மட்டுமல்ல, நாமாகச் சொல்லும் தகவல்களிலும் ஒரு கோர்வை தொடர்பு இருக்க வேண்டும். எது முதலில், எது அடுத்தது? எது எதற்குப் பிறகு? யோசித்து முடிவு செய்துகொள்ளவேண்டும். இதற்காகப் பயிற்சி செய்யலாம். செய்யவேண்டும்.

பெரும்பாலான வேலைக்கான நேர்முகத் தேர்வுகளில், அவசியம் இந்தக் கேள்வியைக் கேட்பார்கள். 'உங்களைப் பற்றிச் சொல்லுங்கள்.' எந்த நேர்முகமானாலும், இந்த வடிவிலோ, வேறு வார்த்தைகளிலோ இந்தக் கேள்வி வருவதற்கான வாய்ப்பு மிக அதிகம்.

அப்படியென்றால் இந்தக் கேள்விக்கான பதிலை முன்கூட்டியே யோசித்துத் தயாரித்து, ஒழுங்குபடுத்தி, எழுதி மனப்பாடமே செய்து கொண்டுவிட வேண்டாமா? என்ன இது பள்ளிப் பிள்ளையைப் போல, மனப்பாடம் செய்வதா என்கிற தயக்கம் வேண்டாம். சொல்லும்போது ஒப்பிப்பது போலவா சொல்லப் போகிறோம்? இல்லையே! மனப்பாடம் செய்ததுதான் என்றாலும், இயல்பாக சொல்வது போல சொல்ல முடியும். ஆனால் முன்கூட்டியே நன்கு திட்டமிட்டு தயாரித்ததைத்தான் சொல்லப் போகிறோம்.

மேடைப் பேச்சில்கூட சொல்வார்கள், உங்கள் முதல் ஒன்றிரண்டு வாக்கியங்களை யோசித்து ஒழுங்குபடுத்தி மனனம் செய்து விடுங்கள் என்று. தொடக்கம் முக்கியம். 'நமக்குத் தெரியாததா, அங்கே போய் பார்த்துக் கொள்ளலாம்' என்று 'ஒலி வாங்கி' முன் நிற்கும்போது, முதலில் என்ன வார்த்தைகள் வந்து விழுமோ யார் கண்டது! சிறப்பானதாகவும் அமையலாம், சொதப்பலாகவும் போகலாம். அந்த ஆபத்தினைத் தவிர்க்கத்தான் முன்கூட்டிய தயாரிப்பும் மனனமும்.

வாவா-வைச் சந்திக்கும்போது, நம் நிறுவனம், நம் பொருள்/சேவை பற்றி விளக்கும்போது, ஒவ்வொரு முறையும் ஏன் வெவ்வேறு விதமாக (தேர்வுகளில் மனனம் செய்ததை எழுதாமல் சொந்தமாக எழுதுவது போல) விவரிக்க வேண்டும்?

நபருக்குத் தகுந்தாற்போல, இடத்துக்கு, சூழ்நிலைக்குத் தகுந்தாற்போல சிலவற்றை மாற்றிக் கொள்ளலாம்தான். ஆனால் அடிப்படைகள், பொருள்/சேவை பற்றிய விவரங்கள் மாறாதே. அதனை நாமே சொந்தமாகவோ அல்லது நிறுவனம் மற்றும் மற்றவர் உதவியுடனேயோ தயாரித்து, நினைவில் வைத்துக் கொண்டால் எளிதாக வேலையை முடிக்கலாம். வரிசை தப்பிச் சொல்வது, முக்கியமானதை சொல்ல விட்டு விடுவது, முக்கியத்துவம் கொடுத்துச் சொல்ல வேண்டியதற்கு தேவையான அளவு அழுத்தம் கொடுக்காமல் விட்டுவிடுவது போன்ற தவறுகளைத் தவிர்க்கலாம்.

அழுத்தம்

நம் நண்பர் ஒருவர் நம்மை அவர் வீட்டுக்குச் சாப்பிட அழைக்கிறார்.

'நீங்க அவசியம் எங்க வீட்டுக்கு சாப்பிட வரணும். உங்களுக்காக எங்க அம்மா, பால் பாயாசம், குழாப்புட்டு மற்றும் கைக்குத்தல் அரிசியில செய்த பொங்கல் செய்திருக்காங்க.'

அவர் சொன்னது எப்படியிருக்கிறது? மிகவும் விவரமாக இருக்கிறதல்லவா?

அவர்கள் வீட்டில் விருந்துக்கு செய்திருக்கும் பட்சணங்களின் சிறப்பை தெளிவாக தெரிவித்து விட்டார். அவர் புட்டு, பொங் கல், பாயாசம் என்று சொல்லியிருந்தாலும், அது சரிதான். தகவ லில் பழுதில்லை. ஆனால் அதில் இருக்கும் தெளிவு குறைவு.

'பால் பாயாசம்', 'குழாய் புட்டு', 'கைக்குத்தல் அரிசி'யில் செய்த பொங்கல் என்று சொன்னார். அதன் மூலம், அந்த உணவுப் பண்டங்கள் எந்த விதத்தில் தனிச்சிறப்பு பெற்றவை என்பதைச் சொல்லாமல் சொல்லி விட்டார்.

அப்படி அவர் சொல்லாமல் சொன்னவை என்ன? எங்கம்மா செய்திருப்பது 'பால் பாயாசம்'. அதிகம் கிடைக்காத, செய்ய சிரமமான, ஆனால் மிகவும் ருசியாக இருக்கக் கூடிய 'குழாய் புட்டு'. அதே போல உயிர்ச்சத்துக்கள் நீக்கப்படாத 'கைக்குத்தல்' அரிசியில் செய்த பொங்கல்.

'பால்', 'குழாய்' மற்றும் 'கைக்குத்தல்' போன்றவற்றைத்தான் இங்கே அவர் விற்க முற்படுகிறார். இப்படி நாம் விற்கும் பொருளையும் அதன் சிறப்பு மற்றும் தனித்தன்மை பற்றிச் சொல்லி விற்க வேண்டும். அதைச் சொல்லாமல் விட்டுவிடக் கூடாது. அதனை அழுத்தம் திருத்தமாக, வா.வா கவனிக்கும் நேரத்தில் சொல்ல வேண்டும். நம் பொருளின் விற்கும் தன்மையை ஆங்கிலத்தில் 'யூனிக் செல்லிங் பாயிண்ட்' (USP) என்கிறார்கள்.

என்ன ஸ்பெஷல்?

விற்பனை செய்யும் நமக்கு, நாம் விற்கும் பொருளின் சிறப்புகள், தனித்தன்மைகள் பற்றித் தெரிந்திருக்க வேண்டும். அதன் மிகச்

சிறந்த பயன்பாடு பற்றித் தெரிந்திருக்க வேண்டும். அவைதான் தூண்டிலில் சொருகப்படும் புழுக்கள். அவைதான் மீன்களை வசீகரிக்கும். மாட்ட (வாங்க) வைக்கும்.

'இந்த பிளாஸ்டிக் பக்கெட் உடையவே உடையாது' என்று சொல்லும்போதே, கையால் ஓங்கிக் குத்திக் காட்டலாம். தரையில் மோதிக் காட்டலாம்.

நமது ஷோரூம். மோட்டார் சைக்கிள்கள் விற்கிறோம். வா.வா. உடன் ஆர்வத்துடன் நிற்கிறார்.

'இந்த வண்டியின் இஞ்சின் ஓடுவதே தெரியாது. சத்தம் கேட்காது.'

சொல்லலாம். அதுமட்டும் போதுமா? ஓட வைத்துக் காட்டுவது தானே சிறப்பு. வாயால் சொல்லிக் கொண்டேயிருப்பதை விட சில பொருள்கள் (மிக்ஸி, ட்ரில்லிங் மிஷின் இயந்திரங்கள்) பற்றி நாம் பேசுவதை விட, பொருள்களை பேச வைப்பது நல்லது. 'இது வெங்காயத்தை வேகமாக நறுக்க உதவும். ஐந்து நிமிடத்தில் அரை கிலோ வெங்காயத்தை சிறிய அளவுகளாக வெட்டி விடலாம்' என்று சொல்வதை விட, மடமடவென்று இரண்டு வெங்காயங்களை வாவா கண்முன் யந்திரத்தின் உதவியுடன் நறுக்கி விடலாம். Seeing is believing. இங்கே, 'கண்ணால் காண்பதே மெய்'. நம்பிக்கை அதிகமாகும். வாய்ச் சொற்களின் பலன் குறைவுதான். தன் சாதனைகள் பற்றி டெண்டுல்கர் பேசவா செய்கிறார்? இல்லையே. அவர் மட்டைதான் பேசும். சத்தமாக இல்லை, சதம் சதமாக அல்லவா பேசும்!

ஆக, சில இடங்களில் பேச்சைக் குறைத்து, செயல் முறையில் இறங்கி விடலாம்.

வாய்ச் சொல் போதாது

மோட்டார் சைக்கிள் மிக்ஸி போன்ற பொருள்களை, இயக்கிக் காட்டுவது சாத்தியம். 'நாங்கள் வீடுகள் பிளாட்டுகள் கட்டி விற்பவர்கள். கட்டுகிற வீடு விசாலமானதாக இருக்கும் என்று சொல்லத்தான் முடியும். கட்டி முடிக்காத வீட்டை எப்படி காட்டுவதாம்?' என்று கேட்கலாம். காட்ட முடியாதுதான். 'இன்னும் கட்டவேயில்லையே. வாவாக்கள் பலர் முன்பணம்

கொடுத்தால் தானே திட்டத்தை தொடங்கவே முடியும்!' நியாயமான பேச்சு.

ஆனாலும் வாவாவிடம் நம்பிக்கை உண்டாக்குவது, ஆர்வம் உண்டாக்குவது எப்படி? பெரிய வீடு, வாசலில் மரங்கள், கதவுகள், ஃபிளஷ் டோர் டைப். வார்த்தைகள் போதாது. கட்டடத்தைக் காட்ட வேண்டாம். வேறு 'படம் காட்டலாமே'. ஆமாம், வண்ணப்படங்கள், வரையப்பட்ட வீடுகள். அல்லது அதே மாதிரியில் செய்யப்பட்ட குட்டி வீடுகள், பொம்மை வீடுகள் அல்லது 'லேப் டாப்பை' திறந்து, அதில் படமாக ஓட விடலாம். கிராபிக்ஸ் முறையில் ஒரு மாதிரி வீடு காட்டலாம்.

வாவாவுக்கு காது மட்டுமல்ல, கண், மனம் என்று இன்னும் பலவும் உண்டு. அவற்றிடமும் நாம் 'வாங்குங்கள்' என்று விண்ணப்பிக்க வேண்டும்.

அவர் பக்கமிருந்து பார்

'சார், இந்த வண்டி மணிக்கு 120 கி.மீ. வரை போகும்'

'சரி.'

'லிட்டருக்கு 60 கி.மீ. வரை மைலேஜ் தரும்.'

'சரி.'

'என்ன, பில் போட்டு விடலாமா?'

'யோசிச்சு சொல்றேன்.'

விற்பனையாளர் சொன்னது தவறா? இல்லை, சரிதான். பிறகு ஏன் விற்பனை நடக்கவில்லை? விற்பனையாளர் வண்டியின் பக்கமிருந்து பேசுகிறார். வண்டி பற்றியே பேசுகிறார். அப்படிப் பேசக் கூடாதா? பேசலாம். பிறகென்ன பிரச்னை? விற்பனை யாளர் பேசிய பேச்சு, வாவா வின் மனத்தை தாக்கவில்லை.

வேறு எப்படி தாக்கம் உண்டாகுமாறு பேசுவதாம்?

அந்தத் தகவல்களை வாங்குபவரின் பக்கமிருந்து பார்த்தும் பேசலாம்.

'எப்படி?'

'சார், சென்னை வேளச்சேரியில் இருந்து, தி.நகரில் உள்ள உங்க அலுவலகத்துக்கு, இந்த வண்டியில நீங்க பதினைந்தே நிமிஷத்துல போயிடலாம்?'

'அப்படியா?'

'ஆமாம். தவிர ஒருமுறை அலுவலகம் போக, உங்களுக்கு பெட்ரோல் செலவு 10 ரூபாய்தான் ஆகும். ஷேர் ஆட்டோவில் கொடுக்கக்கூடியதைவிடக் குறைவு!'

'அட!'

120 கி.மீ. வேகம் என்பதையும், லிட்டருக்கு 60 கி.மீ. தூரம் போகும் என்பதையும் அப்படியே சொல்லாமல், அதை வாடிக்கையாளரின் தேவைக்குப் பயன்தரும் தகவல்களாக எடுத்துச் சொல்ல, வாவா நெருங்கி வருவாரா மாட்டாரா?

உணர்வுகளைத் தொடு

என்ன பொருள், என்ன தொழில்நுட்பம் போன்ற தகவல்களைச் சொல்லும்முன், முதலில் என்ன பயன் என்பதைச் சொல்ல வேண்டும். அப்போதுதான் வாவா கண்கள் விரியும், மனக்கதவு திறக்கும். பிறகுதான் வாய்திறந்து, 'என்ன விலை?' என்பார்.

எவ்வளவு, எவ்வளவு என்று கேட்டுவிட்டு அவ்வளவு தொகைக்கு என்ன செய்வது என்று தவிக்கிறார், யோசிக்கிறார் என்று தெரிந்து போனால், 'கடனுக்கு ஏற்பாடு இருக்கு சார், முதலில் 6000 மட்டும் கொடுத்து விட்டு பிறகு மாசம் ரூ. 1210 கட்டினால் போதும்' என்று சொல்லிவிட்டு, அவர் கண்களைப் பார்த்தால் தெரிந்து விடும், அவருடைய சம்மதம்.

படத்தால் அடி...

பரஸ்பர நிதிகளை விற்பவர்கள் எப்படி விற்பார்கள் என்று தெரிந்திருக்கலாம். அவர்களிடம் கிராஃப் வரைபடம் இருக்கும். சார்ட். 'கடந்த முப்பது வருடங்களில் நூறு மடங்கு வளர்ச்சி' என்பது போல தலைப்பு இருக்கும். தங்கத்தில் முதலீடு செய்த பணத்தின் மதிப்பு, வங்கிகளில் போட்ட பணத்தின் மதிப்பு, அரசு பத்திரிகைகளில் செய்த முதலீட்டின் மதிப்பு வளர்ச்சி போன்றவற்றுடன் பங்குச் சந்தை குறியீட்டு எண் வளர்ச்சி மற்றும் எங்கள் பரஸ்பர நிதியில் செய்த முதலீட்டின் வளர்ச்சி

என்கிற கோடும் இருக்கும். ஒவ்வொரு முதலீட்டின் வளர்ச்சியும் ஒவ்வொரு நிறத்திலான கோடுகளாக (Graphical Lines) இருக்கும். பார்த்தவுடன் மனதில் பதியும். வேறுபாடு புரியும். (பேரம் மடியும்!)

'ஆயிரம் சொற்களை விட கூடுதலான புரிதலை ஒரு படம் கொடுக்கும்' என்பார்கள். பணத்தால் அடி என்பதல்ல, இது படத்தால் அடிப்பது.

ஆங்கிலத்தில் 'டேபிள்ஸ்' என்பார்கள். அட்டவணைகள். முதல் ஆண்டு, இரண்டாம் ஆண்டு என்பது போல. இவற்றையெல் லாம் காட்டும்போது, புரிகிறதோ, இல்லையோ, ஒரு நம்பகத் தன்மை உண்டாகும். 'நான் சொல்றேன்' என்று சொல்வதைவிட, 'நான் காட்டுகிறேன்' என்று புள்ளி விவரங்கள் கொண்டு அசத்தலாம்.

சாத்தியங்களைச் சொல்

'இந்தப் பேண்டுக்கு மேட்சா வெள்ளைக் கலர் சட்டை போட்டுக்கிட்டு வெளியில போனா, நல்ல மதிப்பிருக்கும் சார்.'

'அங்க கிழக்கால பாருங்க சார், அந்தத் தென்னை மரத்துக்கிட்ட தான் ஹாஸ்பிட்டல் வருது. அதோ அந்த பம்புசெட்டுக்கிட்ட புனித மேரி கல்லூரிக்கு இடம் பார்த்திருக்காங்க. அடுத்த மாசம் வேலை ஆரம்பிக்கிறாங்க. எலெக்ஷன் முடிஞ்சு அடுத்த ஆட்சி யார்தா இருந்தாலும், இங்க ரயில்வே ஸ்டேஷன் வர்றது உறுதி. இன்னும் ஒரே வருஷத்தில இங்க அஞ்சு லட்சம் கொடுத்தாலும் இடம் கிடைக்காது சார்'.

இன்றே கடைசி

சில திரையரங்குகளில் நன்கு ஓடிய படகோட்டி, உலகம் சுற்றும் வாலிபன், சிவந்த மண் போன்ற பழைய திரைப்படங்களைப் போடுவார்கள். 'ஒருவாரம் மட்டும்' என்று அந்த போஸ்டர் மேலே ஒட்டுவதற்கென்றே மற்றொரு குட்டி போஸ்டரும் உண்டு. தவிர, ஆறு நாள்கள் போனதும் நினைவாக, வியாழன் அன்று, 'இன்றே கடைசி' என்கிற மற்றொரு குட்டி போஸ்டரை யும் அதே திரைப்பட சுவரொட்டி மீது ஒட்டுவார்கள். 'போனா வராது. பொழுதுபட்டா நிற்காது' என்று கூவி விற்கிற வாழைப் பழ வண்டிக்காரர் டெக்னிக் தான் இதுவும்.

'மணி பதினொன்னு. இந்நேரம் எல்லோரும் கடையை மூடிட்டுப் போயிருப்பாங்க. நானும் மூடப் போறேன். என்ன வேணுமா? வேணாமா? சீக்கிரம் சொல்லுங்க.' என்றோ, அல்லது 'இன்றைக்கு மார்ச் 31. ஏற்கனவே பட்ஜெட்டில் அறிவிப்பு செய்தாயிற்று. நாளையில இருந்து கூடுதல் விலை தான். நாங்க ஒண்ணும் பண்ண முடியாது' என்றோ சொன்னால் வாவா என்ன செய்ய முடியும்? அது சமயம் பொருள்/சேவையின் அனுகூலங்களை எடுத்துச் சொல்லத் தேவையில்லை. நாம் சொல்லுகிற கடைசி வாய்ப்பு என்பது 'பிரம்மாஸ்திரம்' போல. பிரமாதமாக வேலை செய்யும்.

தரம்

ஆடிக் கறக்குற மாட்டை ஆடியும், பாடிக் கறக்கிற மாட்டை பாடியும்தான் கறக்க வேண்டும். Different Folks, Different Stokes என்கிற பழமொழி சொல்வதும் அதையேதான். எல்லோருக்கும் ஒரே விஷயத்தின் மீது கண் இருக்காது. ஆளாளுக்கு ஒவ்வொன்று முக்கியமாகப்படும்.

தரத்துக்கு அதிக முக்கியத்துவம் கொடுக்கும் வாவாவிடம், 'சார், இது குவாலிட்டியான பொருள். ISO 9000 தரச் சான்றிதழ் பெற்ற பொருள். நிறுவனம் இரண்டு முறை, சிறந்த ஏற்றுமதியாளர் விருது வாங்கியிருக்கு.' என்றால் போதும். அவர் கண்களும் மனமும் அதையே (தரம்) சுற்றி வரும்போது, நாம் ஏன் சுற்றி வளைத்து வேறு எதையோ பேச வேண்டும்! தரத்திலேயே ஒரே போடு போட வேண்டியதுதான். அவரிடம் அது கட்டாயம் செல்லுபடியாகும்.

அவர் ஆசையோடு கலந்துவிடு

வாவாவின் சொந்தத் தேவைகளுடன் பிணைத்துப் பேசலாம். 'இப்ப இருபதாயிரம் போட்டீங்கன்னா, இன்னும் ஏழு வருடத்தில் நாற்பதாயிரம் ஆகிவிடும்' என்று சொல்வதைவிட, அவர் வீட்டில் அவருடைய பத்து வயது மகனை முன்பு பார்த்திருந்தால், 'உங்க பையன் கல்லூரி சேரும்போது கட்டணம் கட்ட ரூ.40,000 இதிலிருந்து கிடைக்கும்.' அல்லது அவருக்கு மகள் இருந்தால் பின்னாடி வர்ற பணத்தில உங்க மகளுக்கு இரண்டு ஜோடி தங்க வளையல் வாங்கிப் போடலாம்' என்று சொல்லலாம்.

இப்படி அவருடைய தேவைகள், ஆசைகள், கனவுகளுடன், பொருள்/சேவையின் பலனை இணைத்துச் சொல்ல, அவர் மறுக்க வேண்டியது பொருளையல்ல, அவருடைய ஆசைகளை என்பது போலாகிவிடும்! மறுப்பாரா? முடியுமா?

முடிச்சுப் போடு...

புத்தகக் கடை ஒன்றில் நடந்ததை நான் நேரில் பார்த்தேன். அந்தப் புத்தகக் கடைக்குள் வந்த ஓர் இளம் தம்பதியினர் பல புத்தகங்களையும் பார்த்தபடியே வந்தனர். அட்டைப் படம் பார்த்துவிட்டு அந்தப் பெண், திருமண கைடு என்கிற புத்தகத்தை எடுத்தார். புரட்டினார். வைத்துவிட்டார். அருகில் நின்றிருந்த கடைக்காரர் (சேல்ஸ்மேன்) கேட்டார், 'ஏன் மேடம், அந்தப் புத்தகம் வாங்கிக் கொள்ளலாமே.'

'எங்களுக்கு எதற்கு? எங்களுக்குத்தான் திருமணமாகி விட்டதே!'

'திருமணத்துக்குப் பிறகு என்கிற பகுதிகளும் அதில் உண்டு. தவிர...' அடுத்து அந்த விற்பனையாளர் சொன்னதுதான் அவர் களுக்குமட்டுமில்லை, நமக்குமான செய்தி.

'கல்யாணம் ஆகப்போகிற, செய்து கொள்கிற எத்தனையோ நபர்களுக்கு இதை நீங்கள் பரிசாகக் கொடுக்கலாமே.'

இதைக் கேட்டதும், மீண்டும் அந்தப் புத்தகத்தை எடுத்தார் அவர். புரட்டினார். கணவனிடம் ஏதோ சொன்னார். ஒன்றல்ல, ஐந்து புத்தகங்கள் வாங்கினார்கள்.

அந்த விற்பனையாளர், அந்த வார்த்தைகளை சொல்லியிருக்கா விட்டால், ஒன்றைக்கூட எடுத்திருக்க மாட்டார்கள். அவர் செய்தது, அந்தப் பொருளுக்கும், அவர்களின் தேவைக்கும் ஒரு முடிச்சுப் போட்டதுதான்.

மேலோட்டமாகப் பார்த்தால், வாடிக்கையாளர் தனக்கு எதுவுமே தேவையில்லை என்று வாதிட முடியும். அது தேவை தான் என்கிற வாதத்தை சமர்த்தாக எடுத்து வைக்கிற விற்பனை யாளர்கள் வெற்றி பெறுகிறார்கள்.

'எனக்கு கிரெடிட் கார்டே வேண்டாம்.'

'நல்ல பாலிசி சார், நீங்க பயன்படுத்தவே வேண்டாம். வாங்கி வைத்துக் கொண்டால் என்ன தவறு? ஓர் ஆபத்து அவசரம்

என்றால், வேறு எவரிடமோ கை நீட்டுவதை விட இது மேல் அல்லவா?'

'ஆத்திரம் அவசரம். எவரிடமோ ஏன் கை நீட்ட வேண்டும்? அதுபோன்ற சமயங்களுக்கு மட்டும்தான் இது. மற்றபடி இதைப் பயன்படுத்த வேண்டாம். உங்கள் கொள்கை நல்ல கொள்கை தான்.' இதுதான் தொடர்பு படுத்துவது.

வெறுமனே விலையைச் சொல்லி அல்லது தரம், தரம் என்று கத்தி பலன் இல்லை. கனமான பூட்டின் சாவித் துவாரத்துக்குள் சரியாகப் பொருந்தி, சின்ன திருகலிலேயே 'கிளிக்' என பூட்டைத் திறக்கும் சாவி போல இருக்க வேண்டும், நமது வார்த்தைகள். பூட்டின் லீவர்கள்தான் அவருடைய தேவைகள். சரியான வெட்டுதல்களுடன் இருக்கும் சாவி போன்றது, பொருந்திப் போகும் நம் பதில்.

மனத்தில் இடம் பிடி

சென்னை வடபழனியில் உள்ள பிக் பஜார் கடைக்குப் போயிருந் தேன். கால்கேட் நிறுவனத்தின் ஸ்டால் ஒன்றினைப் பார்த்தேன். அதில் பொருள்கள் ஒன்றும் விற்பனை இல்லை. ஆனால், அந்நிறுவனத்தின் பெயர் பொறித்த டீ சர்ட்டுகள் அணிந்திருந்த இரண்டு, மூன்று இளம் பெண்கள், போவோர், வருவோரில் ஏதேனும் குழந்தைகள் இருந்தால் கவனித்து அவர்களை மட்டும், தனியே அழைத்துப் போவதைப் பார்த்தேன்.

அவர்கள் ஸ்டாலின் மத்தியில், ஆளுயர வண்ண கட்அவுட்டுகள் வைத்திருந்தார்கள். (கவனிக்கவும் ஆளுயரம் அளவுதான். சாலைகளில் அரசியல் தலைவர்களுக்கு வைப்பது போலல்ல) சச்சின் டெண்டுல்கர், ஷாருக்கான், ஜாக்கி சான் போன்ற பிரபலங்களின் போட்டோ கட் அவுட்கள். அவர்களுடைய பிராண்ட் அம்பாசிடர்கள் ஆக இருக்க வேண்டும். அழைத்துச் சென்ற பிள்ளைகளை, அந்த கட்அவுட்களின் அருகில் நிற்க விட்டு அற்புதமான கேமராக்களால் ஒளிப்படங்கள் (ஸ்டில் போட்டோ) எடுத்தார்கள். 'இனி நீங்கள் போகலாம். ஷாப்பிங் முடித்துவிட்டுத் திரும்பும்போது, நினைவாக இங்கே வாருங் கள், உங்கள் ஒளிப்படத்தை தருகிறோம்' என்றார்கள்.

திரும்பி வந்தவர்களுக்கு தந்த படங்களைப் பார்த்தேன். நிஜ டெண்டுல்கருடன் அந்தக் குழந்தை நிற்பது போல இருந்தது

படம். குழந்தைகளுக்கும் டெண்டுல்கருக்கும் நடுவில் பெரிய கோல்கேட் பற்பசை டியூபின் படமும் பெயரும். அந்த ஒளிப் படத்தினை ஓர் அழகான 'பிரேமில்' வைத்து மரியாதையுடன் கொடுத்தார்கள்.

போதும். இனி அந்தக் குழந்தையின் மறக்க முடியாத படங் களுள் ஒன்றாக அது ஆகிவிடும். பள்ளிக்கு எடுத்துச் சென்று பலரிடமும் காட்டும். பின் வீட்டில், தன் அறையில், அலமாரி யில் அதை வைத்துக்கொள்ளும். அதைப் பற்றி தெரிந்தவர்கள், வருகிறவர்களிடமெல்லாம் பெருமையாகப் பேசும். இதனால் பலருடைய காதுகளிலும், மனங்களிலும் கோல்கேட் பெயர் தொடர்ந்து விழுந்துகொண்டேயிருக்கும்.

புரியாத வார்த்தைகளுக்குத் தடா

LOP என்றால் என்ன என்று தெரியுமா? 'லாஸ் ஆஃப் பே'. அலுவலகங்களில் தங்களுக்கு வழங்கப்பட்டதைவிட அதிக மாக விடுப்பு எடுப்பவர்களுக்கு, அந்த நாள்களுக்கான ஊதியம் வழங்கப்படமாட்டாது. சில குறிப்பிட்ட அளவு நாள்களுக்கு, ஊதியத்துடன் கூடிய விடுப்பு உண்டு. அதற்கு மேல் விடுப்பு என்றால், ஊதியமில்லை, விடுப்புதான். அதன் பெயர்தான் LOP.

இது எத்தனை பேருக்குத் தெரியும்? தெரிய வேண்டியதில்லை தான். ஆனால் எவரேனும் தங்கள் குடும்பத்தில் அல்லது பழகும் பிற இடங்களில் 'எல்லோப்பி, எல்லோப்பி (LOP) என்று பேசி னால், அவர்களுக்குத் தெரியுமா? அவர்களுக்கு அது புரியா விட்டால் அது யார் தவறு? சொல்பவர் தவறுதான். காரணம், அப்படிப்பட்ட சில வார்த்தைகள் பொதுவான வார்த்தைகள் அல்ல. குறிப்பிட்ட இடங்களில் மட்டுமே புரியக்கூடிய வார்த்தைகள். உதாரணத்துக்கு, மைலேஜ் என்கிற சொல்.

ஒரு லிட்டர் பெட்ரோலுக்கு எத்தனை தூரம் வண்டி ஓடும் என்பதைத்தான் சுருக்கமாக மைலேஜ் (Mileage) என்பார்கள். மைலேஜ் என்பது ஒரு ஜார்கன். எல்.ஓ.பி.யைப் போல, ஒரு தொழில்முறை சொல். 'புளூடூத்' என்பது செல்பேசியில் உள்ள ஓர் அம்சம். மடிக்கணினிகளுக்கு ஒய்பைவ் (Wifi) என்பது தெல்லாம் ஜார்கன்கள். பேசிப் பழகியவர்களுக்குச் சாதாரணம் தான். அந்த வார்த்தைகளை புதியதாகக் கேட்பவர்களுக்கு?

விற்பனை தொடர்பாக நாம் பேசும்போது இப்படி சில வார்த்தைகள், வாவாக்களுக்கு புரியாமல் போய்விட்டால்? பின்பு நாம் பேசுவது எதையுமே கவனிக்கவே மாட்டார்கள்.

நம்முடைய, நாம் விற்கும் ஒரு பொருள்/சேவையின் பயனை இதுபோன்ற புரியாத சொற்களைக் கொண்டு விளக்கக் கூடாது. கவனப்படுத்திக் கொள்ள வேண்டும்.

இதோ ஆதாரம்!

சில வாவாக்களுக்கு எல்லாவற்றுக்கும் ஆதாரம் தேவை. 2008ம் ஆண்டு பங்குச் சந்தை காளை படுத்துவிட்ட நேரம். அதனால் அதன் தொடர்புடைய யூலிப் காப்பீட்டு திட்டங்களும் அடி வாங்கின. அப்போது எல்.ஐ.சி. நிறுவனம், துரிதமாக ஒரு வேலை செய்தது. 'ஜீவன் அஸ்தா' என்று பங்குச் சந்தை தொடர்பில்லாத ஒரு திட்டத்தை அறிமுகப்படுத்தியது. முன்பு பார்த்த, 'ஒரு வாரம் மட்டும்' டெக்னிக்தான். 22ம் தேதியுடன் கடைசி என்றார்கள். மக்கள் விரும்பிய, ஆண்டுக்கு இத்தனை சதவிகிதம் என்கிற உறுதியான 'கியாரண்டீட் அடிஷன்' உண்டு என்றார்கள்.

அது சமயம் என் நண்பர் ஒருவரிடம் அதனை விற்பதற்காக ஒரு முகவர் வந்தார். விவரங்கள் சொன்னார். நண்பர் கேட்டுக் கொண்டிருந்தாரே தவிர பெரியதாக அசையவில்லை. முகவர் பின்பு ஒரு வேலை செய்தார். அவர் பெட்டியில் இருந்து இரண்டு நாள்களுக்கு முன்பு வெளிவந்திருந்த டைம்ஸ் ஆஃப் இந்தியா, ஆங்கில தினசரியை எடுத்து மேசை மீது போட்டார். (கவனிக்கவும், கையில் கொடுக்கவில்லை. மேசை மீது போட்டார்).

அதில் ஜீவன் அஸ்தா பற்றி பெரியதாக தலைப்பிட்டு அந்தக் காப்பீட்டுத் திட்டத்தை அதிகம் பேர் வாங்குவதாக செய்தி வந்திருந்தது. டைம்ஸ் ஆப் இந்தியா ஆங்கில தினசரி. அதிலும் பாரம்பரியமான தினசரி. அதன் பிறகு நண்பர் நடவடிக்கைகளில் மாற்றம் தெரிந்தது. ஒரு கேள்விதான் கேட்டார். அந்தக் கேள்வி, 'எங்கே கையெழுத்து போடணும்?'ஆதாரம் செய்த வேலை. சிலரிடம் அதுதான் வேலை செய்யும்.

'மூத்தோர் சொல் கேள்' என்பார்களே அப்படி, வாவாக்களின் மனத்துக்குள் சுலபமாகப் புகக் கூடியவை, ஏற்கெனவே வாங்கி, பயன்படுத்தியவர்களின் சொற்கள்தான். அதிலும் சொல்பவர்களின் புகைப்படமும் (அல்லது தொலைக்காட்சி விளம்பரங்

களில் காட்டப்படும் அந்த நபர்களின் பேச்சும்) இருந்து விட்டால், நம்பிக்கை அதிகமாகிவிடும்.

எனக்குத் தெரிந்த திரைப்பட இயக்குநர் ஒருவர். அவர் இயக்கிய படங்களைப் பார்த்துவிட்டுப் பாராட்டியதும், ஒவ்வொரு முறையும் தவறாமல் சொல்வது, 'நன்றி, நீங்க இப்ப சொன்னதை அப்படியே எழுதி அனுப்புங்களேன். ஃபைல்ல வெச்சுக்க உதவியாக இருக்கும்.'

பாராட்டுகளைப் பதிவு செய்து கொள்வது. இது விற்பனையாளர்களுக்கு முக்கியம். நாம் ஒரு மணி நேரம் பேசி உண்டாகக் கூடிய தாக்கத்தை, வாடிக்கையாளரின் ஒரு பாராட்டுக் கடிதம், மூன்று நிமிஷத்தில் காரியம் சாதித்துக் கொடுத்துவிடும்.

அவர்களில் சிலர் திருப்தியடையாத வாடிக்கையாளர்களாக இருப்பார்கள். அல்லது சிலருக்கு நாம் கூடுதலாகவே சேவை செய்திருப்போம். அவர்களைப் பற்றிய முழு விவரங்களும் நம்மிடம் ஆயத்தமாக இருக்கவேண்டும்.

ஜெட் ஏர்வேஸ், கிங் ஃபிஷர் போன்ற விமான சர்வீஸ்களில் பயணம் செய்வோர், பயணத்தில் அவர்களுக்குக் கிடைத்த சேவைகள் பற்றி நிறுவனத்துக்குத் தெரிவிக்க (Feedback) ஓர் ஏற்பாடு செய்திருப்பார்கள்.

ஒவ்வொரு பயண சர்வீசிலும், பயணம் செய்யும் அத்தனை பயணிகளும் பீட்பேக் எழுதித்தர வேண்டியதில்லை. தரவும் மாட்டார்கள். அதனால் அது கட்டாயமில்லை. கேட்பவர்களுக்கு அந்தப் படிவம் கொடுக்கப்படும். கொடுப்பார்கள். அதே விமானத்தில் விமான பணிப்பெண்கள் புன்னகையுடன் ஃபீட் பேக் படிவத்தினை சிலரிடம் தருவார்கள்.

அந்தப் படிவம் பெறும் அந்த சிலர் யாராக இருக்கும்? பெரும்பாலும் கூடுதல் வசதிகள் ('எனக்கு ஒரு தலையணை கிடைக்குமா?' 'மற்றொரு வெட் டவல் கிடைக்குமா?') பெற்றவர்களாக இருப்பார்கள். காரணம், அவர்கள் கட்டாயம் சேவை சிறப்பாக இருந்ததாகத்தான் எழுதுவார்கள். அதுதான் பணிப்பெண்கள் வேண்டுவதும்.

நம் நிறுவனம் Feed back படிவம் கொடுக்காமல் இருக்கலாம். ஆனாலும் நமக்குத் தெரியுமே. எந்த வாடிக்கையாளர் அதிக

சேவை பெற்று, மகிழ்வாக இருக்கிறார் என்று. அவர்களிடம் கேட்டு பாராட்டுக் கடிதங்கள் மற்றும் 'திருப்திபெற்றேன்' கடிதங்களை வாங்கிக்கொள்ள வேண்டும். நாம் சந்திக்கும் வா.வா.க்களிடம், அந்தத் திருப்தியான வாடிக்கையாளர் விவரங்களைக் கொடுத்தால் நாம் எதிர்பார்த்த பலன் கிடைக்கும்.

பேசாமல் விற்பது

பறவைகள் மட்டுமல்ல, வாவாக்களும் பலவிதம்தான். சிலருக்கு ஊட்டிவிட வேண்டும். வேறு சிலருக்கு பரிமாற வேண்டும். இன்னும் சிலருக்கு எடுத்துப் பரப்பி வைத்து விட்டால் போதும். வைத்துவிட்டு மௌனமாக தள்ளி நிற்க வேண்டும். அவர்களே வேண்டியதை எடுத்துக் கொள்வார்கள். பரிமாறினால், ஊட்ட முயன்றால் மறுத்து விடுவார்கள். சாப் பாடே வேண்டாம் என்றுகூட ஒதுக்கி விடலாம்.

அவர்களை முன்கூட்டியே எப்படிப்பட்டவர் என்று கணித்து விட்டு, ஓர் அளவோடு விவரித்தலை நிறுத்திக் கொள்ள வேண்டும். கூடுதலாகச் சொன்னால் போயிற்று. அவர்களுக்கு அது பிடிக்காது. அதனால் தற்காப்பு நிலைக்குப் போய், வாங்குவதைத் தவிர்த்து விடுவார்கள்.

அப்படிப்பட்ட சிலரிடம் சான்றுதல்/சான்றிதழ்கள் காட்டுவது, 'அவரை வேண்டுமானால் கேட்டுப் பாருங்கள்' என்று சொல் வது எல்லாம் எதிர்மறை விளைவுகளைத்தான் உருவாக்கும். அதிகம் பேசாமலேயே, (ஆனால் மிக உன்னிப்பாக கவனித்து) வேலையை முடிக்கலாம்.

செய்யவே கூடாதது

ஒரு விற்பனையாளர் செய்யவே கூடாதது என்ன தெரியுமா? வாடிக்கையாளருடன் விவாதம் செய்வது. கண்டிப்பாக இதைச் செய்யக் கூடாது. ஆமாம். 'விவாதம் தவிர்'. நமக்கும் அதற்கும் தொடர்பே இருக்கக் கூடாது. 'கஸ்டமர் இஸ் ஆல்வேஸ் ரைட்' என்பதுதான் இங்கே அரிச்சுவடி. பாலபாடம். இதனை ஒரு போதும் மறக்கவே கூடாது.

அதற்காக எல்லாவற்றையும் வாடிக்கையாளர் ஒப்புக்கொள்ள வேண்டுமென்பதில்லை. மாற்றுக் கருத்து, வேறு யோசனைகள் சொல்லலாம். சொல்லும் விதத்தில்தான் வேறுபாடு இருக்கிறது இருக்கிறது பிரச்னை வருகிறது.

ஒரு பெரியவருக்கு வாய் குளறுகிறது. சரியாகப் பேச வர வில்லை. ஆனால் அவர் முக்கியமானவர். அவர் பூ என்று சொல்ல வேண்டும். அதற்குப் பதிலாக வேறு ஏதோ தவறுதலாக சொல்லிவிட்டார். அவர் சொன்னது தவறு. எதிரில் பேசுபவர், அது சரியில்லையே என்று அருகில் நின்று கொண்டிருந்த ஒரு பெண்மணியிடம் சொல்கிறார். அந்தப் பெண்மணி பெரியவ ருக்கு வேண்டியவர். என்ன பதில் சொன்னார் தெரியுமா?

'பூ என்றும் சொல்லலாம், புஷ்பம் என்றும் சொல்லாம். அல்லது அய்யா (பெரியவர்) சொன்னாரே, அப்படியும் சொல்லலாம்.' எப்படி இருக்கிறது சமாளிப்பு! அப்படி, வாடிக்கையாளர்தான் சரி என்று பேசவேண்டும். இது வாடிக்கையாளருக்கு நம்மீது பிரியத்தையும் நம்பிக்கையையும் வரவழைக்கும்.

அவசரம் காட்டாதே

எடுத்தவுடன் விலையைச் சொல்ல வேண்டாம். விலை என்ன என்று கேட்டாலும், கவனியாததுபோல, நாசூக்காகத் தவிர்த்து விட்டு வேறு தகவல்கள் சொல்லலாம். சிலருடைய மனக் கதவுகள், விலையைச் சொன்னதும் படாரென்று சாத்திக் கொண்டுவிடும். அதன் பிறகு வரும் எந்தத் தகவல்களையும் உள்வாங்காது.

மற்ற பல வலுவான அம்சங்களைப் பற்றி தெரிந்து கொண்ட பிறகு, விலை சரிதான் என்று தோன்றலாம். அதனைக் கெடுத்துக்கொள்வானேன்!

முதலில் பேசும்போது வாவாவின் எதிர்பார்ப்பு என்ன என்று தெரிந்து கொள்வதுதான் நமது நோக்கமாக இருக்கவேண்டும்.

நாம் வாத்தியார் அல்ல, அவர்கள் மாணவர்களும் இல்லை

நமக்கு நம் பொருள் பற்றி நன்றாகத் தெரியும். தெரிந்திருக்கத் தான் வேண்டும். பெரும்பாலும் வாங்க வருபவருக்குத் தெரியாது. அவருக்கு நாம்தான் விளக்க வேண்டும். அவர் அடுக்கடுக்காகக் கேட்கும் கேள்விகளுக்கு எரிச்சலாகி, 'இப்படி யெல்லாம் கேட்கிறீர்களா, தெரியாததைச் சொல்கிறேன். ஒழுங்காகப் புரிந்து கொள்ளுங்கள்' என்கிற தொனி சேல்ஸ் மென்னிடம் வரவேகூடாது. வாவாவின் ஈகோ அடிபட்டுவிட லாம். நாம் ஆசிரியரும் அல்ல, அவர் மாணவரும் அல்ல. தெரிவிப்பதை கௌரவமாகத் தெரிவிக்க வேண்டும்.

‘இவ்வளவு பேசுறீங்களே, அது தெரியுமா உங்களுக்கு’ என்றெல்லாம் பேசிவிட்டு, விற்பனையை எதிர்பார்ப்பது புத்திசாலித்தனமாகாது.

பேனா, சாதாரணப் பொருள். பயன்படுத்தாதவர்கள் குறைவு. ஆனால் பயன்படுத்துவோர் எல்லோரும் ஒன்றுதானா? பள்ளிப் பிள்ளைகளின் பேனா தேவை பெரிய தேவை. கல்லூரி மாணவர்கள் தேவையும் கிட்டத்தட்ட அதே போன்றதுதான்.

அலுவலகங்களில் உள்ள எழுத்தர்கள், பக்கம் பக்கமாக எழுதித்தள்ளும் எழுத்தாளர்கள், கோடிக்கணக்கான ரூபாய் காசோலைகளில் கையெழுத்திடும் பெரிய முதலாளிகள், திரை நட்சத்திரங்கள் (மோண்ட் பிளாங்க் என்கிற பேனா விலை ரூ.30 ஆயிரம், நிப் மட்டும் தங்கத்தில்) பயன்படுத்தும் பேனாக்கள் எல்லாம் ஒன்றாக இருக்க முடியுமா?அவர்கள் தேவை வேறு. இந்த வேறுபாட்டைப் புரிந்துகொள்ள வேண்டும். அப்போதுதான் வாடிக்கையாளரும் நாம் அவர்கள் அலைவரிசையோடு பேசுகிறோம் என்று எண்ணுவார்கள்.

வேறுபாடு காட்டு

நாம் மட்டுமா சந்தையில் இருக்கிறோம்? எவ்வளவோ விற்பனையாளர்கள் இருக்கிறார்கள். எல்லோரும் முயற்சிக்கிறார்கள். நாமும் முயற்சிக்கிறோம். நாம் எப்படி விற்பனையை முடிப்பது? வேறுபாடான முடிவு வேண்டுமென்றால், வேறுபாடான செயல்பாடு வேண்டுமல்லவா? வாவாவிற்கு நிறைய உறுதிகள் கொடுக்கவேண்டும். இதனால் அவர் நம் அணுகுமுறையால் கவரப்படுவார், அந்த நம்பிக்கையின் பேரில் பொருளை வாங்குவார்.

- வீட்டுக்கு வந்து ரிப்பேர் செய்வோம்.

- கூப்பிட்ட ஒரு மணி நேரத்தில் ஆள் வரும்

- திருப்தியில்லையென்றால் திருப்பிக் கொடுத்துவிடலாம்

- கீழே போட்டாலும் உடையாது

இப்படி ஏதாவது சொன்னால் நம்பிக்கை வருமா வராதா?

ரேப்போர்

தொலைக்காட்சி நிகழ்ச்சிகளில் பேட்டிகள் பார்த்திருக்கலாம். பெரிய மனிதர்களுடன் சாதனையாளர்களுடன் பேட்டி எடுப்பது ஒரு சவாலான வேலை. அவர்களை ஆர்வமாகப் பேச வைக்க வேண்டும். சுவாரசியமான, முக்கியமான தகவல்களைச் சொல்ல வைக்க வேண்டும். அந்தப் பெரிய மனிதரை அதற்கு முன் சந்தித்திராத, அவருடன் நெருங்கிப் பழகாத ஒருவர் இதனைச் செய்ய வேண்டும். முடியுமா? முடியும். தொடக்கம் நன்றாக அமைந்து, அந்த 'விருந்தினர்' (பெரிய மனிதர்) நம்மோடு பேசுவதை இயல்பாக உணர்ந்தால் அவையெல்லாம் நிகழும்.

அவரை இயல்பாக உணர வைக்க வேண்டும். அதற்கு இறுக்கம் தளரவேண்டும். பேட்டி கொடுக்க வேண்டியவர் மனநிலை (மூட்) தொடர்ந்து நன்றாக இருக்கும்படிதான் பேட்டி எடுப்பவர் பேச வேண்டும். இதற்குப் பயிற்சி வேண்டும். கலைஞர் தொலைக்காட்சியில் 'சந்தித்த வேளையில்' பகுதியில் ரமேஷ் பிரபா மற்றும் விஜய் தொலைக்காட்சியில் காபி வித் அனு நிகழ்ச்சி நடத்தும் அனுஹாசன் போன்ற சிலர் இதனை மிகச் சிறப்பாகவே செய்கிறார்கள்.

அவர்கள் வெற்றி ரகசியம் இதுதான். வந்திருப்பவர் பெரிய மனிதர், சாதனையாளர் என்கிற மதிப்பு கொண்டிருப்பது, அதனை பேச்சில் தொடர்ந்து தெரிவித்துக் கொண்டேயிருப்பது. இதுதான் அங்கே நல்ல சூழ்நிலையை உருவாக்கும். இதனை ஆங்கிலத்தில் 'ரேப்போர்' (Rapport) என்கிறார்கள்.

அது கண்ணுக்குத் தெரியாத மெல்லிய நூல் இழை போன்றது. அதன் மூலம்தான் உரையாடல் தொடரும். அது அறுபடாமல் பேச வேண்டும். நமக்குப் பெரிய மனிதர் என்றால் அவர் வாவா மட்டுமே. அவருடன் பேச்சைத் தொடங்கியதில் இருந்து முடிக்கும் வரை ரேப்போ கெடாமல் பேச வேண்டும். அந்தத் திறமையை வளர்த்துக் கொள்ள வேண்டும்.

ஒரு நேர்முகத் தேர்வு. பெரிய நிறுவனம் ஒன்றில் விற்பனை மேலாளர் என்கிற விற்பனைப் பிரிவு தலைமைப் பதவிக்கு மலர்மன்னன் என்கிறவர் விண்ணப்பித்திருந்தார். நேர்முகம் நடக்கிறது. அவரது தனி நபர் குறிப்பான சி.வி. (கரிக்குலம் விட்டே)யைப் பார்த்த நிறுவனத் தலைவர் கேட்கிறார்,

‘நீங்கள் செயிண்ட் பால்பள்ளியில் படித்திருக்கிறீர்களே, அது எங்கேயிருக்கிறது.’

‘அது (சென்னை) வேப்பேரியில் இருக்கிறது. மிகவும் தொன்மை யான பள்ளி சார். சுமார் 450 ஆண்டுகளாக இருக்கிறது.’

நிறுவனத் தலைவர் முகத்தில் ஆச்சரியம்.

‘450 ஆண்டுகளா? அவ்வளவு தொன்மையானதா?’

மலர்மன்னன் முகத்தில் பெருமிதம்.

‘ஆமாம் சார், ஆங்கிலேயர்கள் கட்டியது.’

தலைவர் கொஞ்சம் யோசிக்கிறார்,

‘அப்படியா? ஆங்கிலேயர்கள் இந்தியாவுக்கு வந்தே அவ்வளவு ஆண்டுகள் இருக்குமா?’

நிர்வாகத்தின் சார்பாக அந்த நேர்முகத்தில் உடன் இருந்த எனக்குள் குறுகுறுப்பு. இது வரை மிகச் சிறப்பாக பதில் சொல்லி வந்தாரே மலர் மன்னன். இப்போது இப்படி ஒரு தகவலைச் சொல்லியிருக்கிறாரே. அது தவறுதான் போலிருக்கிறது. இதை எப்படிச் சமாளிக்கிறார் என்று பார்க்கலாம்’ என்று நினைத்தேன்.

‘அதானே, நீங்கள் சொல்வது சரிதான். ஆனால், எனக்கு நன்றாக நினைவிருக்கிறது, அது 450 வருடங்கள் தொன்மையான என்றுதான் நினைத்துக் கொண்டிருக்கிறேன். எப்படி!’ முகத்தில் லேசான சிரிப்பு.

தலைவர் தொடர்ந்து வியப்புடன் கேட்கிறார்.

‘பானிப்பட் யுத்தமே 1756 ஆண்டில்தான் நடந்தது. உங்கள் பள்ளி 450 ஆண்டுகள் தொன்மையானதா?’

முகமெல்லாம் சிரிப்பாக மலர்மன்னன் சொன்னார், ‘சார் உங்ககிட்ட இருந்து நிறைய சரித்திரம் தெரிந்து கொள்ள முடியும் என்று நினைக்கிறேன். விரல் நுனியில் வைத்திருக்கிறீர்கள். எனக்கு இதெல்லாம் மறந்து ரொம்ப நாளாகிறது.’

எல்லோரும் லேசாகச் சிரித்தோம்.

மலர்மன்னன் திறமையாகக் கையாண்டார் இல்லையா? அவர் சொல்லியது சரியா தவறா என்று தெரியாத நிலை. அதற்குப் பயந்து மன்னிப்புக் கோரி, அல்லது அதுதான் சரி என்றெல்லாம் வாதிட்டு அவர் மாட்டிக்கொள்ளவில்லை. அவர் சென்ற பாதையே வேறு. 'நிறுவனத் தலைவருக்குப் பாராட்டு' என்று நகர்ந்து விட்டார். புயலாக ஆகியிருக்க வேண்டியது, வீரியம் குறைந்து அமைதியாகிப் போனது.

தலைவரும் சிரித்துவிட்டு அடுத்த கேள்விக்குப் போனார். இரண்டு பக்கமும் ரேப்போ குறையாமல் பார்த்துக் கொண்டார்கள்.

வாடிக்கையாளரிடம் உரையாடும்போதும் இப்படிப்பட்ட சிக்கல்கள் சில வரலாம். ஒதுங்கி நகர்ந்து, சிரித்து, விலகி, மீண்டும் வியாபார பேச்சுக்கு வந்துவிட வேண்டும். மதிப்புக் குறையாமல் பேசுவது, முக்கியத்துவம் கொடுப்பது, அக்கறை காட்டுவது இவையெல்லாம் ரேப்போ குறையாமல் பார்த்துக் கொள்ளும்.

ஆமோதியுங்கள்

அப்போது எனக்குப் பதினைந்து, பதினாறு வயது இருக்கலாம். என் தாயாரோடு எதைப் பற்றியோ பேசிக் கொண்டிருந்தேன். அது என் படிப்பு தொடர்பான அல்லது ஏதோ விளையாட்டு தொடர்பான விஷயமாக இருக்கும் என்று ஞாபகம். பேசுகிறோம், பேசுகிறோம். முடிவுக்கு வரவில்லை. ஒரு கட்டத்தில் அம்மா பேச்சை நிறுத்திவிட்டார். 'என்னம்மா, என் மீது கோபமா?' என்று தாடையை நிமிர்த்திக் கேட்டதற்கு அவர் 'என்ன தம்பி எதைச் சொன்னாலும் இப்படி எதிர்க் கட்சி பேசினா... எப்படி தொடர்ந்து பேச முடியும்?' என்றது எனக்கு இன்னும் நினைவிருக்கிறது.

ஒருவரோடு பேசும்போது, அவர் சொல்வதை நாம் ஆமோதிக்க ஆமோதிக்க, அவர் உற்சாகம் குறையாமல் பேசுவார். 'உம்' கொட்டுவது, தலையாட்டிக் கேட்பது, 'சரி சரி' என்பது மட்டுமல்ல, அவர்கள் சொல்வதில் உள்ள கருத்துக்களையும் எதிர்ப்பின்றி கேட்பது, சரியானவற்றை வெளிப்படையாக ஆமோதிப்பது, நாம் சரியில்லை என்று நினைப்பவற்றை நாசூக்காக தெரிவிப்பது எல்லாம் சேர்ந்துதான் ஆமோதித்தல்.

இதனை 'அக்னாலெட்ஜ்மெண்ட்'என்பார்கள். இதுதான் உரையாடல்களின் பிராண வாயு. இது குறையவே கூடாது. இந்தத் திறமை மிக முக்கியம்.

கொடுக்கல், வாங்கல்

சிலர் நினைப்பது போல விற்பனையாளர் பேசிக்கொண்டேயிருக்க வேண்டியதில்லை. அவர் பேச வேண்டும். அதேபோல கேட்கவும் வேண்டும். கேட்டுவிட்டுப் பேச வேண்டும். பேசிவிட்டு அடுத்தவர் சொல்வதைக் கேட்க வேண்டும். நாம் எவ்வளவு பேசுகிறோம், எவ்வளவு கேட்கிறோம் என்பதைப் பற்றி நமக்கு ஒரு மனக்கணக்கு வேண்டும். என்ன விகிதாச் சாரத்தில் இருக்கிறது நமது கொடுக்கல், வாங்கல்?

தலைமைப் பண்புகள் பற்றிய பாடத்தில் வெவ்வேறு விதமான மக்களிடம் தலைவர்கள் பின்பற்றக் கூடிய இரண்டு முறைகளைப் பற்றிச் சொல்வார்கள். முதலாவது, டெல்லிங். சொல்லும் முறை. அதாவது ஆணையிடுவது. ஒரு வழி 'கம்யூனிகேஷன்'. மற்றொன்று 'செல்லிங்' முறை. ஏன் எதனால் என்று நன்மைகளை எடுத்துச் சொல்லி தனது கருத்தை நிலைநாட்டுவது...

அதேதான். விற்பனை முயற்சியில், பெரும்பாலானவர்களிடம் வெறும் டெல்லிங் உதவாது, செல்லிங்தான்.

ஆர்வம் கொள்

வேண்டாம் என்று சொல்பவர்கள் வேண்டாதவர்கள் அல்ல, அவர்கள் நம்மை நிராகரிக்கவில்லை, நம் பொருளையும் நிராகரிக்கவில்லை. தற்சமயம் நாம் விற்க நினைக்கும் அந்தப் பொருள் தமக்குத் தேவையில்லை என்று நினைக்கிறார்கள். அவ்வளவுதான். ஆக, வேண்டாம் என்கிறாரா? சோர்ந்துவிட வேண்டாம்.

முன்பு பார்த்த மலர்மன்னன் போல, அடிபட்டாலும் முக மலர்ச்சியுடன் எதிராளிக்கு பூங்கொத்து கொடுத்து தொடர்ந்து பேசும் திறன் வேண்டும். அவர்கள் சொல்கிற பதில், அடுத்த வாவாக்களிடம் நாம் என்ன பேசுவது என்பதைத் தீர்மானிக்க உதவும். நிறுவனத்திடம் விவரம் சொல்ல உதவும். வாவாவிடம் தொடர்ந்து பேச வாய்ப்புக் கொடுக்கும். தொடரும் உரையாடல்களில் எதுவும் நடக்கலாம்.

சில கிரிக்கெட் ஆடுகளங்கள் கடுமையானதாக இருக்கும். சிறந்த மட்டையாளர்களாலேயே, அடித்து ஆட முடியாது. ரன்கள் குவிக்க முடியாது. அவர்களுக்கு சொல்லப்படும் அறிவுரை தெரிந்திருக்கலாம். 'ஜஸ்ட் ஹேங் ஆன்'. 'என்ன ஆனாலும் சரி, அவுட் மட்டும் ஆகாமல் அங்கேயே சில ஓவர்களுக்காவது இருங்கள். ஒரு சில ஓட்டங்களாவது வரும், தவிர நிலைமை மாறும். அப்போது பார்த்துக் கொள்ளலாம்.'

உரையாடல்களில் நாம் அவர்கள் சொல்லும் 'வேண்டாம்' என்பதைக் கேட்டு அவுட் ஆகிவிடக் கூடாது. 'ஜஸ்ட் ஹேங் ஆன்' ஸ்கோர் செய்ய வாய்ப்புக் கிடைக்கலாம்.

திறந்த முனை கேள்விகள்

தேர்வுகளில் கேட்கப்படும் கேள்விகளை இரண்டு விதங்களாகப் பிரிக்கலாம். ஒன்று, கேள்வியில் இருக்கும் கேள்விகள். ஆமாம் அந்தக் கேள்விகளில் பதில் இருக்காது. 'அட! இதென்ன அதிசயம்! பதிலும் இருக்கிற கேள்விகளாக...' என்று யோசிக்க மாட்டீர்கள் என்று நினைக்கிறேன். 'அப்ஜெக்டிவ் டைப்' கேள்விகளில் ஒன்றல்ல, ஒன்றுக்கு மேற்பட்ட சில பதில்கள் இருக்கும். அந்தச் சிலவற்றுள் சரியானதை, தேர்வு எழுதுபவர்தான் கண்டுபிடித்து 'டிக்' செய்ய வேண்டும்.

கேள்வி மட்டுமே இருக்கிற கேள்விகள் எப்படியிருக்கும்? 'அழகின் சிறப்பை பாரதிதாசன் எப்படி விளக்குகிறார்?' இந்தக் கேள்வியில் பதில் கிடையாது. இதுதான் திறந்தமுனை கேள்வி (ஓப்பன் எண்டட் கேள்வி). அதென்ன திறந்தமுனை? பதில் சொல்ல வேண்டியவர் எதை வேண்டுமானாலும் பதிலாகச் சொல்லலாம். கட்டுப்பாடு கிடையாது.

ஆனால் அப்ஜெக்டிவ் டைப் கேள்விகளில் பதிலும் உண்டு. ஆனால் அந்தச் சிலவற்றுள் இருந்துதான் ஏதாவது ஒன்றை தேர்வு செய்ய வேண்டும். அதில் இல்லாததை சொல்லும் சுதந்திரமும், வாய்ப்பும் அதில் கிடையாது. அதாவது அந்தக் கேள்வியின் முனை மூடப்பட்டது. அதனால், 'க்ளோஸ்ட் எண்டட்' கேள்விகள்.

விற்பனை உரையாடல்களில் அதிலும் குறிப்பாக தொடக்க நிலையில், வாவாவிடமிருந்து விவரங்கள் பெறுவதற்கு இந்த இரண்டு மாதிரிகளில் எது சரி? ஓப்பன் எண்டட்தான் சரி.

சொல்ல வருபவர் இதைத்தான் சொல்ல வருகிறார் என்று நாமாக முடிவு செய்தால்தான், இதுவா அதுவா? இப்படியா அப்படியா? என்று கேட்கலாம். தெளிவாகத் தெரியாதவரை திறந்த முனை கேள்விகள்தான் சரி.

'என்ன சார் பார்க்கிறீங்க? டி.வியா, மிக்ஸியா?'

'எவ்வளவு ரூபாய்க்கு பாலிசி போடலாம், 25 ஆயிரமா, 50 ஆயிரமா?'

'ஏம்மா வேணாங்குறீங்க? உழைக்காதுன்னு நினைக்கிறீங்களா?'

'விலை அதிகமின்னு தோணுதா?'

இவையெல்லாம், முனைமூடப்பட்ட கேள்விகள். மூடியது யார்? நாம்தான். செய்யலாமா? கூடாது!

ஆராய்ச்சி மாணவர்கள் கொஸ்டினர் என்று அழைக்கப்படும் கேள்வித்தாள் உருவாக்குவார்கள். தெரிந்திருக்கலாம். அந்தக் கேள்வித்தாள், மூடியமுனை கேள்விகளால் தான் நிரம்பி யிருக்கும்.

அது மட்டும் சரியா?

பதில் சொல்லப் போகிறவர்கள், அந்த ஆராய்ச்சியாளர் நினைக்கும் சிலவற்றுள் ஏதாவது ஒன்றைத்தான் தேர்வு செய்வார்களா? அதெப்படி? அப்படி ஒரு முழு கேள்வித்தாள் தயாரிக்கும் முன் அவர்கள் ஒரு 'முன்னோடி ஆராய்ச்சி' (பைலட் ஸ்டடி) செய்வார்கள். குறைந்த அளவிலான நபர்களிடம், திறந்த முனை கேள்விகள் கேட்பார்கள். அவர்கள் சொல்லும் பெரிய பெரிய பதில்களை குறித்துக் கொண்டு, அவற்றைச் சுருக்கி அதிலிருந்துதான் மூடியமுனைக் கேள்விகளில் மாட்ட வேண்டிய, 'ஆல்டர்னேட்' பதில்களை முடிவு செய்வார்கள்.

அவர்களுக்கு அது சரி. நமக்கு? என்ன அனுபவம் இருந்தாலும் உரையாடலின் தொடக்கத்தில் திறந்த முனை கேள்விகள்தான் உதவும். தகவல்கள் பெற்றுத்தரும். அதனால் வாய்ப்புகள் பெற்றுத்தரும். பின்னால் போகப்போக, மூடிய முனை கேள்விகளுக்கு வரலாம்.

கவனித்தால் தெரியவரும்

'உங்களுக்கு என்ன சார் வேணும்?'

'ஏன் சார் வேண்டாங்குறீங்க?'

'என்ன சார் எதிர்பார்க்கிறீங்க?'

அப்படிப்பட்ட கேள்விகளைக் கேட்டுவிட்டு, அவர்கள் சொல்லும் பதில்களை கவனமாக கவனிக்க வேண்டும். கேட்பது என்பது காதுகளால் கேட்பது, கவனிப்பது என்பது இன்னும் கூடுதல் வலுவானது. காதால் மட்டுமல்ல, மனத்தாலும் கேட்பது.

'இதுல எத்தனை பேர் உட்காரலாம்?' என்று மோட்டார் சைக்கிளை காட்டி வாவா கேட்டால், அதில் என்ன தேவை இருக்கிறது என்று மேலும் தெரிந்துகொள்ள வேண்டும். எதற்காக அப்படிக் கேட்கிறார் என்று சரியாகப் புரிந்துகொண்டுவிட்டு பதில் சொல்லலாம்.

'இரண்டு பேர் உட்காரலாம்' என்று எந்திரத்தனமாக பதில் சொல்வதைவிட, 'என்ன சார் கேட்டீங்க?' என்று கேட்கலாம். இதுவும் தி.மு. கேள்விதான். கூடுதல் தகவல் பெற்றுத்தரும் கேள்வி.

'இந்த வண்டியில மூன்று பேர் உட்கார முடியுமான்னு கேட்கிறேன்' என்கிற பதில் வரலாம். அவர் அப்படிச் சொல்ல, அவருடன் ஷோரூமிற்கு வராத அவர் மகனையோ, மகளையோ (மனைவி தவிர) யோசித்துப் பார்க்க வேண்டும். 'ஓ, தாராளமா சார். நாலுபேர்கூட போகலாம். ஃபேமிலிதானே சார். அட்ஜஸ்ட் பண்ணி உட்கார மாட்டமா என்ன?'

அவர் யோசனை, 'ஸ்கூட்டரில் குடும்பமாக போக முடிந்ததே, மோட்டார் சைக்கிளுக்கு மாறினால் என்ன ஆகும்' என்பதுதான். அதைக் கண்டுபிடிப்பதற்குக் கேள்விகள் தேவை. சிலர் வாங்க நினைப்பது மகளுக்காக இருக்கலாம். அல்லது காலில் சற்று சிரமம் உள்ள குடும்ப உறுப்பினருக்காக இருக்கலாம். ஒரே பதில் எல்லோருக்கும் சிறந்த பதிலாக அமையாது. இங்கு தள்ளுவது ஸ்டாண்ட் போடுவது சிரமமாக இருக்குமோ என்கிற மனகிலேசத்துக்கு பதில் எதிர்பார்க்கிறார்கள். ஆகவே என்ன தேவை என்று சரியாகத் தெரிந்து கொள்ள, தி.மு.கேள்விகள் தான் சரி.

எங்கே அழுத்தம் கொடுக்கிறார்கள்?

எழுதியிருக்கும் கேள்விகளுக்கும், வாயால் கேட்கப்படும் கேள்விகளுக்கும் இடையே ஏதாவது வேறுபாடு உண்டா?

'உங்களுக்குத் தெரிந்த நல்ல சுற்றுலா இடங்கள் சிலவற்றைத் தெரிவிக்கவும்' என்று ஒரு கேள்வி எழுதியிருந்தால், அதற்கு நாம் என்ன பதில் எழுதுவோம்?

அதே கேள்வியையே எழுதிக் காட்டாமல், வாயால் சொல்லிக் கேட்டால் அதற்கு என்ன பதில் சொல்வோம்? இந்த இரண்டுக்கும் இடையே வித்தியாசம் ஏதும் இருக்குமா?

இருக்கும். ஒருவர் கேட்கும்போது, எந்த இடத்தில் கூடுதல் அழுத்தம் கொடுத்து சொல்கிறார் என்பதைப் பொறுத்து பதில் மாறும்.

உதாரணத்துக்கு, உங்களுக்குத் தெரிந்த என்று சொல்கிறபோது, கூடுதல் அழுத்தம் கொடுக்கிறார். அல்லது, நல்ல என்கிற வார்த்தையில் அதிக அழுத்தம். அல்லது, சிலவற்றை என்கிற வார்த்தையை உச்சரிக்கிற போது, மற்ற சொற்களை விட கூடுதல் அழுத்தம் கொடுக்கிறார்.

அந்த அழுத்தங்களைப் பொறுத்து நமது பதில் மாறும் இல்லையா? அதேதான். வாவா க்கள் பேசும் போதும் கேட்கும் போதும் நாம் அதை நம் காதால் மட்டும் கேட்காமல், மனத்தாலும் கேட்டால்தான், எங்கே அழுத்தம் கொடுக்கிறார், அதன் மூலம் அவர் எதற்கு முக்கியத்துவம் கொடுக்கிறார் போன்ற விவரங்கள் எல்லாம் புரியும். நாம் சிலவற்றை சொல்லும்போது, வாவாவின் கண்கள் விரியும். (இந்தப் புடவை நல்ல கனமா இருக்கும்) அவருடைய சில பதில்களில் எரிச்சல் தெரியும். (முன்பு ஒரு டி.வி வைச்சிருந்தோம். சின்னதா டப்பா மாதிரி...).

பயம், விருப்பு வெறுப்பு என்று வாவாக்கள் பேசும்போது, அவர்களுடைய உணர்வுகளும் கலந்து வரும். கவனித்தால், மீதி உரையாடலை எப்படிக் கொண்டுபோனால், படத்தினை சுபமாக முடிக்கலாம் என்பதைக் கண்டுபிடித்துவிட முடியும்.

பின்புலம் என்ன?

ஆயுள் காப்பீடு செய்ய வேண்டும். அல்லது ஒரு பிளாட் வாங்க வேண்டும். அல்லது வண்டி வாங்க வேண்டும் என்று ஒருவர்

வருகிறார். அல்லது நாம் போய் சந்திக்கிறோம். கேள்விகள் கேட்டுத் தெரிந்து கொண்டுதான் நமது பொருள்கள் பற்றிச் சொல்ல வேண்டும். தொடக்கத்தில் கேட்கும் கேள்விகள் தி.மு. என்பதும் சரி. கேள்விகள் எவற்றைப் பற்றியதாக இருக்க வேண்டும்?

அவருடைய பின்புலம் (பேக்ரவுண்ட்) என்ன என்பதை தெரிந்து கொள்ள உதவும் கேள்விகளாக இருக்க வேண்டும். அவருடைய மாத, ஆண்டு வருவாய் என்ன? அதன் நிரந்தரத்தன்மை என்ன? அது மேலும் அதிகரிக்கும் வாய்ப்பு உண்டா? அல்லது குறையும் ஆபத்து இருக்கிறதா? (அவர் வயது, குடும்பம். அவர் தவிர வேறு யார் சம்பாதிக்கிறார்கள்? பிற சொத்துக்கள் எவ்வளவு வைத்திருக்கிறார்?)

இவற்றைக் குறித்துக் கொள்ளலாம். குறித்துக் கொள்ளும் போதே, மனத்தில் அதற்கு அடுத்தடுத்த சரியான கேள்விகளை யோசிக்க வேண்டும்.

கெஞ்சாதே!

விற்பனை வேறு, உதவி கேட்பது வேறு. சென்னை போன்ற நகரங்களில் கார்களை சிக்னல்களில் நிறுத்தினால், சில 'வியாபாரிகள்' அணுகுவார்கள். அவர்கள் வயது பத்துக்கும் குறைவாகத்தான் இருக்கும். பெண் பிள்ளைகள். கைகளில் கார் கண்ணாடி துடைக்கும் மஞ்சள் துணி அல்லது டேஷ் போர்டில் வைத்துக் கொள்ளும் குறுக்கும் நெடுக்குமாக செருகப்பட்ட இரண்டு தேசியக் கொடிகள் அல்லது தூசு தட்டும் பிரஷ்கள் வைத்திருப்பார்கள். வாங்கிக் கொள்ளச் சொல்லி கெஞ்சுவார் கள். அவர்கள் நிலை அப்படி. வாங்கினாலும் அது வியாபாரம் அல்ல. அவர்களுக்குச் செய்யும் தர்மம்.

நாம் செய்வது விற்பனை. அங்கே 'உதவி செய்', 'எனக்காக வாங்கிக் கொள்' என்கிற தொனியே கூடாது. விற்பதன் மூலம் அவருக்கு உதவிதான் செய்கிறோம். பிறகு ஏன் குழைவும், கெஞ்சலும்? கூடவே கூடாது. மதிப்பு போய்விடும்.

எரிச்சல்பட்டால்?

கதவைத் தட்டினால், திறந்து பார்த்துவிட்டு, விற்பனைக்குத் தான் வந்திருக்கிறோம் என்று தெரிந்து கொண்ட விநாடியே கூட

என்ன சொல்ல வருகிறோம் என்பதைக் கூட கேட்டுக் கொள்ளாமல் அப்படியே கதவைத் தடாலென்று சாத்துபவர்களை என்ன என்று சொல்வது? ஒன்றும் சொல்ல வேண்டாம். பேசாமல் அடுத்த கதவுக்கு நகரலாம்.

நாம் போனில் பேச ஆரம்பித்ததும், வேண்டாம் என்று கூட சொல்லாமல் டக்கென்று துண்டித்தலும் யதார்த்தமானதே. 'நேருக்கு நேர்' உரையாடலிலும் சிலர் கடுகடுப்பாக, கேலியாக, கிண்டலாகப் பேசலாம். பேசட்டும். ஒவ்வொரு வேலைக்கும் அது தொடர்பான 'வேலை சங்கடங்கள்' (Job Hazzards) உண்டு.

அரசாங்க கல்வி நிலையத்தில் ஆசிரியர் என்றால், வசதிகள் சிலவற்றுடன், எதற்குக் கணக்கெடுப்பதென்றாலும் போக வேண்டும். தேர்தல் நேரங்களில் கூடுதல் வேலைப்பளு, எங்கெங்கோ போக வேண்டும். ஆண், பெண் வேறுபாடுகள் கிடையாது.

இப்படி எல்லா வேலைகளிலும் ஏதாவது ஒரு சங்கடம் இருக்கும். விற்பனை வேலையில் பலதரப்பட்டவர்களையும் சந்திக்கத்தான் வேண்டும். அவர்கள் எரிச்சலைக் கொட்டினால், நாம் நம் மனக்கதவை சாத்திக் கொண்டுவிட வேண்டும். அந்த அமில மழையின் சாரல் நமக்கெதற்கு? ஆனால் அப்படி எப்போதாவது பெய்யும் என்பதை ஏற்றுக் கொள்ள வேண்டும். பதிலுக்குப் பேசுவது, அதோடு சோர்ந்து விடுவது போன்றவை எல்லாம் நம் தொழிலுக்கு ஒத்துவராது.

அவர்களே வெல்லட்டும்

சில வாவாக்கள் வாதாடுபவர்களாக (ஆர்குமெண்ட்டேடிவ்) இருப்பார்கள். அவர்களுக்கும் தெரியும் என்று காட்ட விரும்புவார்கள். குறுக்குக் கேள்விகள் கேட்பார்கள். அவர்கள் பணம் கொடுத்து வாங்கப் போகிறார்கள். அவர்களுக்குக் கேட்க உரிமை இருக்கிறது. உரையாடலில் அவர்கள் கையே ஓங்கியதாக இருக்கட்டுமே. அதனால் ஒன்றுமில்லை, அதே சமயம், மொத்த உரையாடலின் மீதான கட்டுப்பாடு நம்மிடம் இருக்க வேண்டும்.

அவர் நம்மைவிட சாமர்த்தியமாக பேசியதாகவே இருக்கட்டுமே. இறுதியில் பொருளை வாங்க வைக்க வேண்டும். அதுதான் நமக்கு முக்கியம்.

வாவாவுடனான சந்திப்பு ஒவ்வொன்றும் ஒரு போட்டி போலத் தான். கவனமாக காய்கள் நகர்த்த வேண்டும். சில சமயம், நம் குழந்தைகளிடம் வேண்டுமென்றே தோற்பது போல, நாம் தோற்று, குழந்தை மகிழ்வதைக் கண்டு நாம் மகிழ்வதைப் போல, வாவாவுக்கும் வாய்ப்புகள் கொடுக்க வேண்டும். அங்கேதான் அவருக்கு ஒரு திருப்தி கிடைக்கும். தவிர அவரும் தன் குடும்பத்தின் முன் கம்பீரமாகத் தெரியவே விரும்புவார். அதற்கு உதவினால் என்ன? அதெல்லாம் நமக்குச் சாதகமாகும்.

சேல்ஸ் என்றால் நாம் தான் பேச வேண்டும் என்பதில்லை. வாவா பேசினால் பேசட்டும். அவர் ஒரு தகவல் சொன்னால், 'அட! அதென்னங்க பிரமாதம், இதேபோலத்தான் நான் மும்பையில் இருக்கும் போது...' என்று ஆரம்பிக்கக் கூடாது. அமைதியாக மட்டுமல்ல, அவர் சொல்வதை ஆவலுடன் கேட்டுக்கொள்ள வேண்டும். அவரை மட்டம் தட்டுவது போல பேசிவிடக் கூடாது. எனக்கு கூடுதலாகவே தெரியும் என்கிற ஈகோ வை வீட்டிலேயே கழற்றி வைத்துவிட்டுத்தான் வேலைக்குப் போக வேண்டும். ஈகோ முக்கியமா? தொழில் முக்கியமா?

உரையாடலில் வாவாவை வெற்றிபெற வைப்பதால் நமக்குத் தான் பலன். அவ்வளவு நேரம் அவருக்குச் சாதகமாக நாம் தலையாட்டியபிறகு இறுதியாக அவர் நம் வேண்டுகோளை ஏற்றுத்தானே ஆகவேண்டும்!

வாவா பேச்சில் ஜெயிக்கட்டும். நாம் விற்பனையில் ஜெயிப்போம்.

மெச்சினேன்!

புத்தாண்டு நேரம். தள்ளுபடி விற்பனை விளம்பரங்கள் பார்த்து விட்டு மயிலாப்பூர் லஸ் கார்னரில் உள்ள ஒரு பிரபல கடைக்குப் போயிருந்தேன். வாஷிங் மிஷின் வாங்கத் திட்டம். தள்ளுபடி தவிர ஒரு தங்கக் காசும் (1 கிராம்) இலவசமாகத் தருவதாக விளம்பரம் செய்திருந்ததால் கடையில் நல்ல கூட்டம்.

வீடியோகான், வெர்ல்பூல், கோத்ரெஜ், சாம்சங் என்று பள்ளிப் பிள்ளைகள் அசெம்ப்ளியில் நிற்பதுபோல் பல நிறுவன வாஷிங் மிஷின்களும் அணிவகுப்பில் இருந்தன.

நான் வெர்ல்பூல் மிஷின் பற்றி விவரம் கேட்க விரும்பினேன். வொயிட் மேஜிக் மாடல். தென்பட்ட விற்பனை நபர்கள் பலரும், வேறு எவருக்கோ விளக்கம் சொல்லிக் கொண்டிருந்த

காரணத்தால் சற்றுநேரம் காத்திருக்க வேண்டி வந்தது. பின்பு சற்றுத் தள்ளி நின்றிருந்த ஓர் இளைஞன், என்னை அவனருகே வருமாறு அழைத்தான். நான் அவனருகே போய், 'வெர்ல்பூல் வொயிட் மேஜிக் பற்றிச் சொல்லுங்கள்' என்றேன்.

'நல்லா சொல்றேன் சார், நீங்க என்ன மாடல் பார்க்கிறீர்கள்?' என்று ஆரம்பித்து, முழுவதும் விவரித்தான். 'சாம்சங்' நிறுவனத்தின் ஒரு குறிப்பிட்ட ஒரு மாடல் பற்றி அதிகமாக விவரித்தான். 'ஆட்டோமேடிக் சிங்கிள் டாப் லோடிங்' வகையில் அதுதான் சிறந்தது என்றான்.

எல்லாவற்றையும் கேட்டுக்கொண்டு நான் மீண்டும் வெர்ல்பூல் என்று சொல்ல, இப்போது வெர்ல்பூல் மாடலில் உள்ள சில குறைகளைச் சொல்லி, அதை விடவும் சாம்சங்கே தொந்திர வல்லாத மிஷின் என்றான். அவன் சொன்னவற்றில் சில தகவல்களை நான் மறுத்தேன். நான் முன்பு வெர்ல்பூல் வாஷிங் மிஷின் தயாரிக்கும் தொழிலகத்தில் பணிபுரிந்தேன். எனக்கு ஓரளவுக்குத் தெரியும். ஒரு கட்டத்தில் அதையும் அவனிடம் சொன்னேன். அப்போதும் அவன் அசந்துவிடவில்லை (முன்பு பார்த்த மலர் மன்னன் போல). நான் வேலை பார்த்தது எந்த வருடம் என்று கேட்டுத் தெரிந்து கொண்டு விட்டு 'நீங்க வேலை பார்த்தது 2000ம் ஆண்டு சார், இப்ப 2007... உங்களுக்கு இது தெரியுமா? அது தெரியுமா?' என்று சாம்சங்கின் மேலும் சில சிறப்பு அம்சங்களைச் சொல்லி, உங்களுக்கு ஒரு நல்ல மிஷின் தரவேண்டும் என்பதற்காகத்தான் சொல்கிறேன். பிறகு உங்கள் விருப்பம்' என்றான்.

எந்த முடிவும் சொல்லாமல் நான் அங்கிருந்து நகர்ந்தேன். சற்றுத் தள்ளி கவுண்டரில் அமர்ந்திருந்த மேலாளரிடம் அந்த விற்பனையாளரைக் காட்டி, 'அவர் யார்? உங்கள் ஊழியர்தானே?' என்று கேட்டேன். 'யார் அந்தக் கண்ணாடி போட்டிருக்கும் சேல்ஸ்மேனா சார்? அவர் சாம்சங் நிறுவனத்தின் ரெப்ரசெண்டேடிவ் (விற்பனையாளன்)' என்றார். குறிப்பிட்ட நிறுவனங்களைச் சேர்ந்த சேல்ஸ்மென்களும் பெரிய கடைகளில் இருப்பார்களாம்.

அந்த இளைஞன் மீது எனக்கு மதிப்பு அதிகம்தான் ஆனது. காரணம், தன் பொருளை விற்பதில் அவன் காட்டிய ஆர்வம் மட்டுமல்ல, போட்டியாளர்களின் பொருள்களைப் பற்றியும் மேலோட்டமாக இல்லை, தலைகீழாகத் தெரிந்து வைத்து

இருந்தான். அது முக்கியம். வெறுமனே என் பொருள் உயர்வானது என்பதைவிட, அம்சம் அம்சமாக எது எப்படி என்று ஒப்பிட்டுச் சொல்லும்போது வாவாக்கள் நிச்சயம் வெற்றி அடைவார்கள்.

அந்த இளைஞன், சாம்சங் பற்றி எனக்கு சொன்னது மட்டுமில்லை. என்னோடு பேசியதன் மூலம், வெர்ல்பூல் மிஷினைப் பற்றிய கூடுதல் விவரங்களையும் அவர் தெரிந்துகொண்டார்.

அனுபவமுள்ள சில பயிற்சியாளர்கள் சொல்வது இங்கே நினைவு கூரத்தக்கது. 'நான் பயிற்சியாளன்தான். இந்தப் பயிற்சியில் (நிகழ்ச்சியில்) பல பயனுள்ளவற்றை நான் உங்களுக்குச் சொல்லப் போகிறேன். அது மட்டுமல்ல, நீங்கள் இவ்வளவு நபர்கள் வந்திருக்கிறீர்கள். உங்கள் ஒவ்வொருவருக்கும் எவ்வளவோ தெரியும். இந்தப் பயிற்சியின்போது, அவற்றை உங்களிடமிருந்து நானும் தெரிந்து கொள்வேன். நான் மட்டுமல்ல உங்களிடமிருந்து மற்ற சக பயிற்சி பெறுபவர்களும் தெரிந்து கொள்வார்கள். ஆக, இங்கே 'விவரங்கள் தருபவர்' நான் மட்டுமல்ல. நாம் எல்லோருமே 'ரிசோர்ஸ் பர்சன்' கள் (சொல்லிக் கொடுப்பவர்) தான்.'

உண்மைதானே! கற்றுக்கொள்ள ஆயத்தமாக இருப்பவர்களுக்கு எந்த இடத்திலும், எவர் மூலமாகவும், நல்ல பாடங்கள் கிடைத்துக்கொண்டேதானிருக்கும்.

விற்பனையாளர்களான நாம் எங்கிருந்து கற்கலாம்? எல்லா இடங்களிலும் என்று சொல்லும்போது, வாடிக்கையாளர்களிடமிருந்தும் நிறையவே கற்றுக் கொள்ளலாம். அவர்கள் ஏன் வாங்க விரும்புகிறார்கள்? அவர்களைக் கவரும், அவர்களுக்கு தேவைப்படும் அம்சங்கள் என்ன? எவை தயக்கம் கொள்ள வைக்கின்றன? நம் பொருள்களைப் பற்றி என்ன நினைக்கிறார்கள்? போட்டியாளர்களின் பொருள்களை / சேவைகளைப் பயன்படுத்தியிருக்கிறார்களா? அவற்றைப் பற்றி என்ன மதிப்பீடு, கருத்துக்கள் வைத்திருக்கிறார்கள்? எல்லாவற்றையும் தெரிந்து கொள்ள முடியும். நம்மிடமும் கற்றுக் கொள்ளும் மனோபாவம் இருக்கவேண்டும். விற்பனை முடிந்தால் வரவு, முடியாவிட்டால் அடுத்த முயற்சிகளுக்கான பாடம். அவ்வளவுதான் வேறுபாடு.

5

சவாலே சமாளி

'அப்ஜெக்ஷன்ஸ் யுவர் ஹானர்'

'அப்ஜெக்ஷன்ஸ் ஓவர் ரூல்ட்'

விற்பனையாளர்கள் சந்தித்தே ஆக வேண்டிய ஒன்று இருக்கிறது. எவ்வளவு வெற்றி பெற்ற வீரப்புலிகளும் இந்த சிங்கத்தைத் தாண்டித்தான் வந்தாக வேண்டும். இது ஒரே ஒருமுறை எழுதித் தேர்வாகிவிடும் பரீட்சை இல்லை. இந்தத் தேர்வு, தினம் தினம், ஒவ்வொரு வாவா சந்திப்பின்போதும் உண்டு.

விற்பனையாளர்கள் சந்தித்தே ஆகவேண்டிய அந்தத் தடை - வாடிக்கையாளர்கள், 'எனக்கு வேண்டாம்' என்று சொல்லும் மறுப்புகள் தான். ஆங்கிலத்தில் அப்ஜெக்ஷன்ஸ்.

வாவாக்களை அணுகி, வாங்குங்கள் என்றால் அவர்கள் சொல்லும் 'வேண்டாம்'கள் தான் மறுப்புகள். இந்த வேண்டாம் களை கையாளுவது எப்படி என்பதுதான் எல்லா நிறுவனங்களிலும் பயிற்சிகளிலும் விற்பனையாளர்களுக்குச் சொல்லித் தரப்படும் முக்கியப் பாடம்.

'அடடே! வாங்க வாங்க. உங்களைத்தான் எதிர்பார்த்திருந்தேன். சொல்லுங்க, என்ன வாங்கிக்கணும்? எவ்வளவு வாங்கிக் கணும்? கேஷா வேணுமா? செக் எழுதித் தரவா?' என்று நாம்

சந்திக்கும் வாடிக்கையாளர்கள் கேட்பார்கள் என்று எதிர்பார்க்க முடியுமா? மறுப்புகள் என்பது தவிர்க்கவே முடியாத ஒன்று. சந்தித்தே ஆக வேண்டிய ஒன்று.

மறுப்புகள் நல்லதே

ஸ்ட்ரோக்ஸ் என்கிற ஒரு விஷயம் பற்றித் தெரிந்திருக்கலாம். பாராட்டுவது, புன்னகைப்பது, தட்டிக் கொடுப்பது எல்லாம் ‘பாசிட்டிவ் ஸ்ட்ரோக்ஸ்’. (நேர்மறையான வெளியீடுகள்/ வினைகள் என்று சொல்லலாம்). கோபிப்பது, மறுப்பது, அதட்டுவது, விரட்டுவதெல்லாம் ‘நெகட்டிவ் ஸ்ட்ரோக்ஸ்’ (எதிர்மறையான வெளியீடுகள்). இந்த இரண்டில் எது தேவலாம் என்கிற கேள்வியே அர்த்தமற்றதுதானே? எவரும் பாஸிட்டிவ் ஸ்ட்ரோக்கைத்தான் எதிர்பார்ப்பார்கள்.

ஆனால் சில நேரங்களில் நெகட்டிவ் ஸ்ட்ரோக்ஸ் கூட தேவலாம் என்பது போலாகி விடும். எப்போது என்று கேட்கிறீர்களா? நாம் ஒருவரை அணுகி புன்னகைக்க, அவரிடம் சலனமேயில்லை. வெற்றுப்பார்வை பார்க்கிறார் என்று வைத்துக்கொள்ளுங்கள். எப்படியிருக்கும்? கேள்வி கேட்டால் பதிலே சொல்லவில்லை. தவிர, நாம் கேள்வி கேட்பதை அவர் கண்டுகொள்ளக் கூட இல்லை. ஆமாம், அவர் நம்மைப் பொருட்படுத்தவே இல்லை. நாம் எப்படி உணர்வோம்? இப்படிச் செய்ததற்கு அவர் இரண்டு கத்தாவது கத்தியிருக்கலாம். போய்யா என்று விரட்டி யிருக்கலாம் என்று கூட நினைப்போமில்லையா?

அப்படிப்பட்ட நெகட்டிவ் ஸ்ட்ரோக்கினை விடவும் மோசமானது மேலே பார்த்தபடி ஒருவர்நடந்து கொள்வது. அப்படிச் செய்வதற்கு (ஏதும் செய்யாததற்குப் பெயர்), அதாவது ‘நோ ஸ்ட்ரோக்’.

உங்கள் வாவாக்களிடம் இந்த மூன்று ஸ்ட்ரோக்குகளில் விற்பனையாளர்கள் எந்த ஸ்ட்ரோக்கினை எதிர்பார்க்கலாம்? மூன்றுக்குமே ஆயத்தமாக இருக்க வேண்டும். எல்லாவற்றை யும் சமமாக ஏற்றுக்கொள்ள வேண்டும். அடுத்தடுத்து என்று நகர்வதற்கு அதுதான் ஏற்ற மனநிலை.

பாசிட்டிவ் ஸ்ட்ரோக்ஸ் தரும் வாவாக்கள் வாழ்க. ‘நோ ஸ்ட்ரோக்’ தருபவர்களை சமாளிப்பது மிக மிகச் சிரமம்.

அவர்கள் கல்லுளி மங்கன்(ள்)கள்! அவர்களை விட மேலான வர்கள்தான் 'மறுக்கும்' வாவாக்கள்.

அவர்கள் வேண்டாம் என்று சொல்வதன் மூலம், பல தகவல் களை நமக்குத் தெரிவிக்கிறார்கள். என்ன தெரியவரும்? நாம் சொல்வதைக் கேட்டிருக்கிறார்கள்; அது பற்றி யோசித்திருக் கிறார்கள். இவற்றின் மூலம் என்ன தெரிகிறது? அவர்கள் மதிக்கிறார்கள்.

ஆக, மறுப்பு சொல்லும் வாவாக்களுக்கும் நாம் நிச்சயம் 'ஜெ' போடலாம்.

சரி. மறுப்புகளை வெல்வது எப்படி?

சரியான விளக்கம்

குமார், மதுரைப் பக்கம். எல்.ஐ.சி. நிறுவனத்தில் முகவராக இருக்கிறார். வெற்றிகரமான விற்பனையாளர். பீமாபிளஸ், மணி ப்ளஸ், மார்க்கெட் ப்ளஸ், என்று பல எல்.ஐ.சி யூலிப் திட்டங்களை அறிமுகப்படுத்தி பிரமாதமாக விற்பனை செய்து கொண்டிருந்த நேரம் அது. யூலிப் திட்டங்கள் பற்றி தெரிந்திருக்கும். காப்பீடு கட்டுகிறோம். ஆண்டுதோறும் அதில் பாலிசிதாரருக்கு வரக்கூடிய உபரித் தொகையை காப்பீட்டு நிறுவனம் போனஸாக அறிவிக்கும். யூலிப் திட்டங்களில் அந்தத் தொகையினை போனஸாகத் தராமல், அதற்குப் பதில் அந்தத் தொகைக்கு, நிறுவனமே பங்குகள் வாங்குவார்கள். காப்பீட்டுக்கு காப்பீடு. தவிர, ஒரு தொகைக்கு நம் கணக்கில் பங்குச்சந்தையில் முதலீடு.

பங்குச் சந்தை குதித்துக் கொண்டு உயர்ந்த 2006, 2007ம் ஆண்டுகளுள் ஒன்று அது.

இப்ராகிம் என்று ஒரு வியாபாரி. எல்.ஐ.சி முகவர் குமாரை அணுகியிருக்கிறார். யூலிப் திட்டம்பற்றி விளக்கியிருக்கிறார். இப்ராகிமுக்கும் சம்மதமாகி விட்டது. நல்ல பெரிய தொகையை முதலீடு செய்யலாம் என்று திட்டமிட்டார். எதற்கும் மறுநாள் சொல்கிறேன் என்றார் இப்ராகிம். குமார் கிளம்பிவிட்டார். நாளை நல்ல விற்பனை முடிய இருக்கிறது என்று நிம்மதியாகப் படுக்கப் போனார். மறுநாள் காலையில் கைப்பேசியில் அழைப்பு. இப்ராகிம்தான். 'என்ன குமார் சார், எல்.ஐ.சி. நிறுவனம் வாங்குகிற பங்குகளில் சில மதுபானம் தயாரிக்கும் நிறுவனப்பங்குகளும் உண்டாமே!'

குமார் சந்தித்தது என்ன? சந்தேகமில்லாமல் ஒரு மறுப்பினை. முயற்சித்த வியாபாரம் முடிக்கும் முன், திடீரென எதிர்பாராத விதத்தில் வந்த ஒரு தடையை. குமார் என்ன செய்தார்? அவர் அதனைக் கண்டு பதறவில்லை. பின்வாங்கவில்லை. அவர் அதனை நேருக்கு நேர் சந்தித்தார். தாண்டினார். எப்படித் தெரியுமா?

தனது கிளை மேலாளரை தொடர்புகொண்டார். விவரம் சொன்னார். அவர் உடனடியாக இணையம் மூலம், மணிபிளஸ் என்கிற அந்த யூலிப் திட்டத்தின் போர்ட்போலியோ என்ன என்று பார்த்தார். தகவல் குமாருக்கு வந்தது. அடுத்து, தனது முன்னாள் டெவலப்மெண்ட் ஆபீசரையும் தொடர்புகொண்டு விவரம் கேட்டார். அவரும் அதைப் பார்த்துவிட்டு குமாருக்கு தகவல் கொடுத்தார்.

பின்பு, குமார் இப்ராகிமினை தொடர்பு கொண்டார். 'மெக்ட்டோவல் என்று ஒரு மதுபானம் தயாரிக்கும் நிறுவனம் இருப்பது உண்மைதான். ஆனால், மணி பிளஸ் அந்தப் பங்கில் மட்டுமல்ல, மதுபானம் தயாரிக்கும் எந்த நிறுவனப்பங்கிலும் முதலீடு செய்யவில்லை. இந்தச் செய்தி உறுதி. நீங்கள் கேட்ட விவரத்தினை நான் விசாரித்து சொல்லிவிட்டேன். இனி அதில் முதலீடு செய்வதும் செய்யாததும் உங்கள் விருப்பம்.'

அன்றைக்கு மட்டுமல்ல, அதன் பிறகும் குமார் மூலமாக முதலீடுகள் செய்தார் இப்ராகிம். தனது சினேகிதர்களுக்கும் குமாரை பரிந்துரைத்தார். தடைக்கல் படிக்கல் ஆனது.

கதை கேளம்மா... கதை கேளு!

வாவாக்கள் பேசுவதெல்லாம் வீணல்ல. அவற்றில் பல முக்கிய தகவல்கள் அடங்கியிருக்கும். விற்க வேண்டும், விற்க வேண்டும் என்கிற பரபரப்பில், பல விற்பனையாளர்கள், அந்தப் பேச்சுக்களை கவனிப்பதேயில்லை. அதனால் வாய்ப்புகளைத் தவற விடுகிறார்கள்.

பேசிக் கொண்டிருக்கும்போது சில வாவாக்கள் குடும்பக் கஷ்டங்கள் பற்றிப் பேசுவார்கள். இவையெல்லாம் மேலோட்டமாகப் பார்த்தால் வெறும் பேச்சுக்கள்தான். விற்பனை தொடர்பானவையில்லை. இதிலிருந்து சாமர்த்தியமாக பேச்சை விற்பனைப் பக்கம் எடுத்து வர வேண்டும் என்று நமக்குத் தோன்றவேண்டும்.

முன்பின் தெரியாத ஒருவரோடு பேசுகிறோம். அவரைப் பற்றி ஓரளவுதான் நமக்குத் தெரியும் (திட்டமிடும்போது சேகரித்தவை). அவருடைய எண்ணங்கள், அணுகுமுறைகள், ரசனைகள் எப்படியிருக்கும் என்பது நமக்குத் தெரியாது. ஆனால் அவற்றைப் பற்றி ஏதேனும் தெரிந்தால் உதவியாக இருக்கும். தவிர, அவருடைய அப்போதைய மனநிலை (மூட்) எப்படியுள்ளது? இதுவும் நமக்குத் தெரிய வேண்டும். தெரிந்தால் அதற்கு ஏற்றபடி நமது பேச்சை கொண்டு போகலாம். இவற்றைப் பற்றியெல்லாம் ஓரளவேனும் தெரிவிக்கக் கூடியதுதான் அவர்களுடைய சாதாரணப் பேச்சுகள் (மற்றும் நடவடிக்கைகள்).

வாவாக்களை பார்த்த விநாடி முதல், அவர்களுடைய பேச்சுக்கள் ஒவ்வொன்றையும் கவனமாகக் கேட்டு, புரிந்து கொள்ள வேண்டும். அதை வைத்து அவர் எப்படிப்பட்டவர், அவருக்கு எது முக்கியம்? எதன் அடிப்படையில் முடிவெடுப்பார் போன்ற விவரங்களை அனுமானிக்க முடியும்.

அவர்கள் சொல்வதை நாம் கேட்போம். பின்பு எடுத்துச் சொல்வோம். சம்மதம் சொல்வார்கள் என்று எதிர்பார்ப்போம். என்ன நடக்கும்? பலருடைய முதல் பதில் மறுப்பாக இருக்கும். மறுப்புகளை பலவிதங்களில் சமாளிக்கலாம், வெற்றி கொள்ளலாம்.

ஏன் என்ற கேள்வி

மறுப்புகளைச் சமாளித்து விற்பனையை முடிக்க, இந்த ஒற்றை வார்த்தையான 'ஏன்?' பெரிதும் பயன்படும்.

'எனக்கு வேண்டாம்.'

'ஏன்?'

'எனக்குப் பிடிக்கவில்லை.'

'ஏன்?'

'விலை அதிகம்.'

'ஏன் அப்படி நினைக்கிறீர்கள்?'

'இந்த மாதிரி பொருளுக்கு (குடைகளுக்கு) எதற்காக இவ்வளவு செலவழிக்க வேண்டும்?'

'ஏன்?' (செலவழித்தால் என்ன?)

அவர் மனதுக்குள் இருக்கும் சந்தேகங்களை வெளியே இழுக்க வேண்டும். அதனைப் பிடித்து வெளியே இழுத்துக்கொண்டு வர இந்த 'ஏன்'கள்தான் சரியான கொக்கி.

மறுப்புகள் பலவிதம்

'நான் இப்போது கட்டிக் கொண்டிருக்கும் கட்டணத்தை விட, நீங்கள் சொல்வது அதிகம்.'

'இன்னொரு கடையிலும் பார்த்துவிட்டு வருகிறேன்.'

'இதெல்லாம் எனக்குக் கட்டுப்படியாகாது.'

'வாங்குகிற முடிவை நான் எடுக்க முடியாது, எனக்கு அந்த அதிகாரமில்லை.'

'இவ்வளவு விலைக்குப் போய், இதை ஏன் வாங்கணும்?'

'கொடுக்கிற காசுக்கான மதிப்பிருக்கிற மாதிரி தெரியலியே?'

'கராறாப் பேசுறீங்களே, விலை குறைச்சி தருவீங்களா?'

'என்னால ஒரே தவணையில பணம் தர முடியாது.'

'எனக்குப் புரியலை.'

'வேண்டாம்.'

'இப்ப முடிவெடுக்க முடியலை. பின்னால் வேணுமின்னா சொல்றேன்.'

'நான் நினைச்சதைவிட விலை / கட்டணம் அதிகம்.'

'மற்றவங்க தள்ளுபடி தர்றாங்களே.'

'எனக்கு இது தேவைப்படலை.'

விதவிதமான மறுப்புகள் வரத்தான் செய்யும்.

மறுப்புகள் வருவது இயற்கை. மறுப்புகளை அதன் தன்மைக்கு ஏற்ப பதில் சொல்லி சமாளிக்க வேண்டும். அதில்தான் நம் திறமையும் சாமர்த்தியமும் உள்ளது.

மறுப்புகளா? வெல்கம்!

மறுப்புகள் வரட்டும். அது இயல்பானதே என்கிற மனநிலையிலிருந்தால், பிரச்னையில்லை. பட்டிமன்றப் பேச்சாளர்கள்,

வழக்குரைஞர்ளைக் கவனித்திருக்கலாம். ‘இது ஒரு நல்ல கேள்வி’, அல்லது, ‘நல்ல விவாதம்’ என்பது போல எதிரணியினர் சொல்லுவதை வரவேற்பார்கள். காரணம், அதற்குரிய பதிலைத் தருவதற்கான வாய்ப்பினை அந்தக் கேள்வி அவர்களுக்குத் தருகிறது என்பதால்தான்.

அதேதான் விற்பனை சேவையிலும். ‘மறுக்கிறீர்களா? நல்லது, பிரச்னையேயில்லை. நான் சமாளிப்பேன்’ என்று அணுக வேண்டும். இரண்டு உதாரணங்கள் பார்க்கலாம். விலை அதிகம் என்கிற, அதிகம் என்று சொல்லப்படுகிற மறுப்பினைச் சந்திக்கிறோம். எப்படி அணுகலாம்?

‘உங்கள் பொருள் விலை அதிகம்.’

‘ஏன் அப்படிச் சொல்கிறீர்கள்?’

(அல்லது)

‘அப்படியா?’ (முகத்தில் அதிர்ச்சியே காட்டாமல்)..

இப்போது வாவா கொஞ்சம் ஆச்சரியப்படுவார். நாம் தொடர்ந்து, ‘நீங்கள் இப்படிச் சொல்வது சுவாரசியமாக இருக்கிறது. இந்த விலையையா அதிகம் என்கிறீர்கள்! ஏன் அப்படி நினைக்கிறீர்கள் என்று கொஞ்சம் சொல்ல முடியுமா?’

மற்றொருவிதமான எதிர்கொள்ளல்.

‘உங்கள் பொருள் விலை அதிகம்’

‘அப்படியா? சரி. எந்த விதத்தில் அதிகம் என்று நினைக்கிறீர்கள்?’

‘எந்த விதத்திலா?’

‘ஆமாம். பொருளின் தரத்தோடு ஒப்பிடும்போது விலை அதிகம் என்கிறீர்களா? அல்லது, பொருள் உழைக்கக் கூடிய ஆண்டுகளுடன் ஒப்பிடும்போது விலை கூடுதல் என்று நினைக்கிறீர்களா?’

வாவா யோசிப்பார். நம்முடைய கேள்வி அவரை யோசிக்க வைக்கும். நம் பொருளின் மற்றும் அதன் உழைக்கும் தன்மை பற்றியும் எடுத்துச் சொல்ல வாய்ப்பு கொடுக்கும். வாவா சொல்ல வந்தது, சந்தையில் கிடைக்கும் போட்டியாளர்கள்

பொருளுடன் ஒப்பிட்டால் நம் விலை அதிகம் என்பதைத்தான். ஆனால் அந்தப் பந்தை, நேரடியாக அடித்து ஆட வேண்டாம். கேட்ச் ஆக மாறி விடும் ஆபத்து இருக்கிறது. தேர்ந்த மட்டையாளர் செய்வதுபோல, பந்தை நமக்குச் சாதகமான (பீல்டர் இல்லாத) பக்கம் தள்ளி விடுவது போல, தரம் மற்றும் நீண்ட கால உழைப்பு என்கிற பக்கங்களில் தள்ளி விடுவது ஓர் அணுகுமுறை.

சொல்வதும் சொல்லாததும்

விற்பனையாளர்கள் மட்டும்தானா புத்திசாலிகள்? எல்லா மனிதர்களும் புத்திசாலிகள்தான். வாவாக்கள் வெளியில் சொல்லும் மறுப்புகள்தான் உண்மையான காரணமாக இருக்க வேண்டும் என்கிற அவசியமில்லை. 'உள் ஒன்று வைத்து, வெளியில் ஒன்று' அவர்களும் சொல்லலாம், சொல்வதற்குக் காரணங்கள் இருக்கலாம். நாம் உண்மையான காரணத்தைக் கண்டறிந்து அதற்குத் தக்க பதில் சொல்ல வேண்டும். அப்போதுதான் நமக்கு வெற்றி கிடைக்கும்.

வாவாக்கள் போக்கு காட்டுவது போல, உண்மையில் எதற்கு அடி போடுகிறார், அல்லது எதற்காகத் தயங்குகிறார் என்பதை சரியாகக் கணித்து, அதற்கு ஏற்ப உரையாடினால்தான் நமக்கு வெற்றி.

மேலை நாடுகளில் செய்த ஆராய்ச்சிதான் என்றாலும், அவை இங்கேயும் பொருந்தும். சொல்லப்படும் மறுப்புகளில் (அப்ஜெக்ஷன்ஸ்) நூற்றுக்கு 68 உண்மையான மறுப்பில்லை யாம். எதைச் சொன்னால் கௌரவமாக இருக்குமோ, எதைச் சொன்னால் பேச்சு வளராதோ, அதைச் சொல்லிவிட்டு நகர்கிறார்களாம் வாடிக்கையாளர்கள்.

எடுத்தவுடன் சரியென்றால், விலை குறைக்க முடியாதே. அதனால் விலை குறையுங்கள் என்று நேரடியாகச் சொல்லாமல், அது சரியில்லை, இது பிரச்னை என்று எதையாவது சொல்பவர்களும் உண்டு.

அல்லது ஏதோ சில காரணங்களால் அவர்கள் நம்மைவிட (குறிப்பிட்ட) பொருள் பற்றி அதிகம் தெரிந்து வைத்திருக்கலாம். அது நாம் சொல்லியதில் இருந்து வேறுபடலாம்.

சமாளிப்பது எப்படி?

(அ) பதில் சொல்லாமல் அவர்களை வேறு கேள்விகள் கேட்பது. முன்பு பார்த்த 'ஏன் இப்படி நினைக்கிறீர்கள்?' போல.

(ஆ) அவர்கள் கேட்பதன் நோக்கம், கூடுதல் விவரங்கள் பெறுவது என்றால் அதற்குரிய பதிலைச் சொல்வது.

(இ) அவர்கள் சொல்வது நம்மால் மறுக்க முடியாததாக (சரியான காரணமாக) இருந்தால், முதலில் அவர்கள் சொல்வதை ஒப்புக் கொள்வது. உடன், அதைவிட பெரிய, முக்கிய காரணத்தை பின்பு தெரியப்படுத்துவது.

மறுப்புகளும் பதில்களும்

ஒரு சில பொதுவான மறுப்புகளும் அவற்றுக்கு நாம் சொல்லக்கூடிய சில பதில்களும்.

'விலை அதிகம்'

- 'ஒப்புக்கொள்கிறேன். என்ன செய்ய? நல்ல பொருள்களின் விலை அதிகம்தான்'
- 'உங்களுக்கு விலை முக்கியமா? இல்லை தரமான பொருள் முக்கியமா?'
- ஏனைய பேட்டா செருப்புகள், காட்ரெஜ் பீரோக்கள், பார்க்கர் பேனாக்கள் போன்றவற்றின் விலை அதிகம்தான். காரணம், தரம்.
- 'பொருளின் எல்லா அம்சங்களையும் பார்த்துவிட்டு அப்படியும் விலை அதிகமான்னு நீங்களே சொல்லுங்க.'
- 'கொஞ்சம் விலைகூடத்தான். இது எல்லோருக்குமான பொருள் இல்லை' (அவர்கள் ஈகோ தொடப்படும்.)
- 'விலை அதிகம்ன்னு நீங்க நினைக்கிறீங்க. ஓர் ஆண்டில் எவ்வளவு விற்கிறோம் தெரியுமாங்க. (புள்ளி விவரம் சொல்லுதல்). வாங்குற அவ்வளவு பேரும் தெரிஞ்சுதானே வாங்குறாங்க' (தகவலால் அடிப்பது)

அடுத்த பொதுவான, மறுப்பு...

தள்ளுபடி தாருங்கள்!

தள்ளுபடி என்கிற மறுப்புக்கும், பலவிதமாக பதில் சொல்லலாம்.

- 'நல்லா விக்கிற பொருளுக்கு யாரும் தள்ளுபடி தர மாட்டார்களே'
- 'தள்ளுபடியா? ஒருவேளை, நான் இந்தப் பொருள் பற்றி உங்களுக்குச் சரியாக, முழுமையாக சொல்லலையோன்னு நினைக்கிறேன்'
- 'பொதுவா தள்ளுபடி தர்றவங்க, வாடிக்கையாளர் கவனிக் காத இடத்தில அந்தக் காசை திரும்ப எடுத்திடுவாங்க. நாங்க சொல்ற விலைக்கு முழுக்க தரமான பொருள் இது'
- 'இது எவ்வளவு நாள் உழைக்கும் தெரியுமில்லீங்களா? நீங்க வேற பொருளை வாங்கி, அது தேய்ந்து மீண்டும் வேற பொருள் வாங்கி என்று செலவழிப்பதை விட, இதை வாங்கினா இதன் ஆயுள்காலம் அதிகம் என்பதால்...'

'எனக்கு இதில் ஆர்வமில்லை!'

- 'வாஸ்தவம் தான். அதனால்தான் நீங்கள் என்னைத்தேடி வரவில்லை. நான் உங்களைத் தேடி வந்திருக்கிறேன்.'

'ஆடிட்டரை கேட்டுச் சொல்லுகிறேன்'

- கேட்கலாம். இது வரிகள் தொடர்பானது மட்டுமல்ல. உங்கள் குடும்ப நலன் தொடர்பானது. அதனால் அதில் அக்கரை உள்ள நீங்களே முடிவெடுக்கலாம்.'

'கொஞ்சம் யோசிச்சு சொல்றேன்'

- 'எங்க பொருள் அல்லது நிறுவனம் பற்றி உங்களுக்கு ஏதாவது சந்தேகம் இருக்கா? நான் சொல்றதிலே உங்களுக்கு நம்பிக்கை வரலையோன்னு நினைக்கிறேன்'
- 'நிச்சயமாக உங்க மேலயும் உங்க நிறுவனத்தின் மேலே உள்ள அக்கறையாலதான் சொல்றேன். நீங்க எடுக்கிற முடிவு பற்றி வருத்தமே படமாட்டீங்க... ஏன் யோசிக்கிறீங்க?'

'இப்ப பயன்படுத்தற பிராண்டே / சர்வீஸே நல்லாத்தான் இருக்கு'

- 'இருக்கலாம். மற்ற எதையும் பயன்படுத்தினாத்தானே ஒப்பிட்டுப் பார்க்க முடியும். எதுமேல் என்று தெரிய வரும்'
- 'அந்தப் பொருளுக்கு எத்தனை வருஷம் கியாரண்டி தர்றாங்க சார்?'(நாம் கொடுப்பதை விட குறைவாக இருந்தால்)
- 'அவங்க சர்வீஸ் சென்டர்ஸ்' எத்தனை இடத்தில இருக்கு சார்?' (குறைவான இடங்களில் இருந்தால்)

இப்படிப் போட்டியாளரின் பொருள்கள் / சேவைகள் பற்றி நமக்குத் தெரிந்த குறைபாடுகளை தெரிவிக்கும்வண்ணம், கேள்விகளாகக் கேட்கலாம்.

'விவரங்களை (பேம்ப்லெட்ஸ்) கொடுத்துவிட்டுப் போங்கள்'

- 'ஒவ்வொருவருடைய சூழ்நிலையும் தேவையும் வேறு வேறு. நான் உங்களிடம் பேசியபிறகு உங்களுக்கானதைத் தனிப்பட தயாரித்துத் தருகிறேன்'

நெருங்கி வந்தாகிவிட்டது

விலையைக் குறைக்கவே கூடாதா?

குறைக்கலாம். அவர்கள் கூடுதல் சலுகைகள் கேட்டால் கொடுக்கவும் செய்யலாம். ஆனால் ஒவ்வொன்றாகக் கொடுக்க வேண்டும். ஒரேயடியாக அல்ல. அது பொருளின் மதிப்பை கெடுத்து விடலாம். இறுதியில் அவ்வளவு கொடுத்தும்கூட விற்பனை தடைப்படலாம்.

★ என்ன என்ன சலுகைகள் (போட்டோகாப்பி மெஷின் என்றால், சர்வீஸ் இலவசம், எவ்வளவு பேப்பர்கள் இலவசம் என்பதுபோல) பேச்சுவார்த்தையின்போது கொடுக்க ஒப்புக் கொள்கிறோம் என்பதை மனத்தில் குறித்துக்கொண்டே வர வேண்டும். கொடுக்க முடிந்தாலும் கூட, கொஞ்சம் தயக்கம் காட்டி, அல்லது மேலதிகாரிகளுடன் பேசிவிட்டு (பேசுவது போல நகர்ந்து போய் வந்தாவது) கொடுக்கலாம். வாவாவுக்கு வென்ற உணர்வு கிடைக்க வேண்டும்.

★ விலையை சொல்லிவிட்டோம். அடுத்து? உடனே அந்த விலை எதனால் நியாயமானது என்றெல்லாம் விளக்கக்

கூடாது. விளக்கினால் அது நம் பலவீனமாகக் கருதப்படும். விலையைச் சொல்லிவிட்டு அமைதியாக விடவேண்டும். விலை சொல்லப்பட்ட பிறகு இருவரில் எவர் (நாம் மற்றும் வாவா) முதலில் பேசுகிறோமோ, அவர்கள்தான் பலவீன மானவர்கள். அவர்கள் இழக்க வேண்டிவரும் என்கிறது ஓர் ஆராய்ச்சி.

★ ஓரளவு பேசியாகிவிட்டது. விற்பனை இன்னும் உறுதியாக வில்லை. அடுத்து என்ன என்று முடிவு செய்து கொண்டு நகர வேண்டும். 'சரி சார். எங்க கம்பெனியில இருந்து 'டெக்னிக்கல் ரிப்போர்ட்ஸ்' உடன் உங்களை வந்து பார்க்கிறேன். எப்ப சார் வரட்டும்?' என்றைக்கு என்ன நேரம் என்று அப்போதே முடிவு செய்து கொண்டு விடவேண்டும்.

★ முதலில் எதைப் பற்றிப் பேசுவது, அடுத்து எதைப் பற்றிப் பேசுவது, பிறகு என்ன என்பது போல, விற்பனை உரையாடல் போக்கினை முன்கூட்டியே ஒரு போக்குவரத்து வரைபடம் போல முடிவு செய்து மனத்தில் வைத்துக் கொள்ள வேண்டும்.

- நாம் குடும்பத்தலைவரிடம் இரண்டு மணி நேரமாகப் பேசிக் கொண்டிருப்போம். அவரும் நிறைய கேள்விகள் கேட்டுத் தெரிந்து கொள்வார். இறுதியாக, அவர் மனைவி அவரை வீட்டினுள் அழைத்து, ஏதோ சொல்லி அனுப்ப, தலைவர் சோர்வாக வந்து, 'இப்போது வேண்டாம், பின்னால் தேவைப் படும்போது நானே உங்களை அழைக்கிறேன்' என்பார்.

விற்பனை முடியாததற்கு என்ன காரணம்? அந்த வீட்டில் யார் முடிவுகள் எடுப்பார் என்று தெரிந்து கொள்ளாமல் விட்டதுதான். சில வீடுகளில் முடிவெடுப்பவர் அவர்களுடைய பிள்ளையாகக் கூட இருக்கலாம். எவரிடம் அதிகம் பேச வேண்டும், எவரிடம் தேவையில்லை என்று தெரியாமல் நேரத்தை வீணாக்க வேண்டாம்.

நம்முடைய விற்பனைப் பொருள் அல்லது சேவைக்கு மொத்தம் நாலுவிதமான நபர்கள் சாத்தியம். நாலும் நான்கு வெவ்வேறு நபர்களாக இருக்கலாம். அல்லது ஓரிருவராகவும் இருக்கலாம். அடைப்புக் குறிக்குள் இருப்பவர்கள் ஒரு உதாரணத்துக்கு.

1. அதனைப் பயன்படுத்துபவர் (மகள்)
2. வாங்கத் தூண்டுபவர் (மகளுடைய சிநேகிதிகள்)
3. வாங்குபவர் (அம்மா)
4. முடிவு எடுப்பவர் (அப்பா)

எவரிடம் பேசுவது நல்லது என்பதை முடிவு செய்து கொண்டு ஒவ்வொருவரிடமும் கூட்டியோ குறைத்தோ தேவையான அளவு பேசலாம். அதேபோல ஆளுக்குத் தகுந்தாற்போல பேசலாம். பயன்படுத்தப் போகும் மகளுக்கு (அந்தப் பெண்ணுக்கு) விலை ஒரு பொருட்டல்ல. 'இது சீப் மேடம்' என்பது அவரிடம் தேவையில்லாத பிரயோகம், அது அப்பாவிடம் செலுத்த வேண்டிய அம்பு. 'இது பாதுகாப்பானது' என்பது அம்மாவிடம் தெரிவிக்க வேண்டிய தகவல்.

கண்ணன் என்று ஒரு வாடிக்கையாளர். அவருடைய தந்தை, டாடா ஸ்டீல் போன்ற பெரிய நிறுவனங்களின் இரும்புத் தகடுகளை விநியோகம் செய்பவர். நிறைய நிறுவனங்களின் பங்குகள் வைத்திருக்கிறார். அவையெல்லாம் பத்திரங்களாக (ஷேர் சர்டிபிகேட்டுகள்) இருந்திருக்கின்றன. அவற்றை டி-மேட் ஆக மாற்ற, ஒவ்வொரு நிறுவனப் பங்குக்கும் படிவங்கள் நிறைவு செய்ய வேண்டும். அது ஒரு சுவாரஸ்யம் கொடுக்காத அதே சமயம், மிக கவனமாக செய்ய வேண்டிய படிவம் நிறைவு செய்யும் வேலை. அவர்களைச் சந்தித்து, 'எங்கள் நிறுவனத்தில் டி-மேட் கணக்குத் திறவுங்கள்' என்று கேட்க வந்திருந்த விற்பனையாளர் ரமணி அவற்றைப் பொறுமையாக செய்தார்.

அதனால், கண்ணன் குடும்பத்தில் இருந்து மட்டுமே பல டிமேட் கணக்குகளைத் திறந்து, தொடர்ந்து வர்த்தகமும் செய்து நல்ல வருமானம் கொடுத்தார்கள்.

ரமணி செய்தது என்ன? தானே அத்தனை படிவங்களையும் பல மணி நேரங்கள் அசராமல் அமர்ந்து நிறைவு செய்ததுதான். அந்தத் தரகு நிறுவனத்தின் முதுநிலை மேலாளரிடம், 'எங்களுக்காக உட்கார்ந்து அத்தனை படிவங்களையும் நிறைவு செய்தது எங்களைக் கவர்ந்தது' என்றார் கண்ணனின் தந்தை.

அவர்களுடைய வேலைகளை நாம் செய்வதைப் பார்த்து, அவர்கள் நெகிழ்ந்து விடுகிறார்கள். இது உண்மை.

விற்பனையாளராக நாம் செய்ய வேண்டிய வேலைகளை, நாம் செய்யலாம். அதிகம் விவரமறியாத வாவாவுக்காக, கூடுதலாக வும் செய்யலாம். இது விற்பனையை முடிக்க பெரிய உதவி செய்யும். இதில் கௌரவம் பார்க்கக் கூடாது.

'ஆகட்டும் பார்க்கலாம்' என்று மெதுவாகப் போகக்கூடாது. விற்பனை முடியவேண்டும் என்கிற வேகம் நம்மிடம் வேண்டும். இதனை ஒரு கட்டத்துக்கு மேல் வா.வா.விடம் தெரிவிக்கலாம்.

முக்கியமான நிபந்தனைகளை (பில், வரி, கொண்டு போய் கொடுக்கும் வண்டிக்கூலி, ஸ்பேர் பார்ட்ஸ், தள்ளுபடி போன்ற வற்றை) ஒரு முறைக்கு இருமுறை தெளிவாகப் பேசிக் கொள் வது நல்லது. இதில் பேசிக்கொள்ளாமல் பின்னால் சொல்லிக் கொள்ளலாம் என்கிற சாமர்த்தியங்கள் தவிர்க்கப்பட வேண்டியவை.

முடிப்பது (குளோசிங் தெ சேல்)

'சிறியார் இட்ட வெள்ளாமை விளையும், ஆனால் வீடு வந்து சேராது' என்று ஒரு பழமொழி உண்டு. சின்னப் பிள்ளை விவரமறியாதவர்கள் செய்யும் விவசாயத்தில் விளைச்சல் இருக்கலாம். ஆனால் அது வீடு வந்து ஒழுங்காகச் சேராதாம். என்ன பலன்?

எல்லாம் சரியாகச் செய்துவிட்டு, பலனாக, விற்பனையை முடிக்க வேண்டும். அதுதான் வெற்றி. அதுதான் கிளைமேக்ஸ். திரைப்படம் அதை நோக்கித்தான் போக வேண்டும். சரியான நேரத்தில் முடிய வேண்டும். இல்லாவிட்டால், ரசிகர்கள் படம் 'இழுவை' என்று ஒதுக்கி விடுவார்கள்.

விற்பனை பேச்சுக்கள், சந்திப்புகள் நல்ல முடிவுக்கு வர வேண்டும். அப்படி வராமல் இழுபடுவதற்குக் காரணம், வா.வா.வாகத்தான் இருக்கும் என்று சொல்ல முடியாது. ஒரு சில விற்பனையாளர்களுக்கு நன்கு பேசத் தெரியும், ஆனால் சரியான நேரத்தில் முடிக்கத் தெரியாது.

சரியான நேரம், வெண்ணை திரண்டு விட்டது என்று தெரிய வந்ததும், கடைவதை நிறுத்திவிட வேண்டும். விற்பனையை முடிக்க வேண்டும்.

விற்பனையை முடிப்பது என்றால் எப்படி?

முடிப்பதில் வகைகள்	
நேரடியாக முடிப்பது	எத்தனை சார்? ஒண்ணா இரண்டா?
கட்டளையாக(!)	சரி சார், நாளைக்கு நான் ஆள் அனுப்பி மாட்டி (பிக்ஸ் செய்து) விடுகிறேன்
	தள்ளுபடி இன்றே கடைசி... இப்ப இல்லாட்டி போயிடும்
பயம் காட்டி முடித்தல்	இதுதான் கடைசி பீஸ். ஏப்ரலில் இருந்து இந்த மாடல் கிடையாது
இதுதான் சிறந்த தீர்வு	எனக்குத் தெரிஞ்சு இது மாதிரி அயிட்டம் கிடையாது சார். 'நல்ல ரோபஸ்ட் மாடல்' (ஒரு டெக்னிக்கல் எக்ஸ்பர்ட் போல சொல்வது)
கேள்வி கேட்பது	என்ன விலைக்கு எதிர்பார்க்கிறீங்க, சொல்லுங்க!
அனுமானம் செய்து முடிப்பது	சாருக்கு இதான் பிடிச்சிருக்குன்னு நினைக்கிறேன்.இதையே எடுத்துக்கங்க மேடம்
சலுகை கொடுப்பது	சரிங்கம்மா, அந்த குக்கரையும் எடுத்துக்கங்க. 450 ரூபா குடுங்க போதும்.
நெருக்குவது	என்னங்க, எல்லா விவரமும் சொல்லிட்டேன். இன்னும் என்ன தயங்குறீங்க.
புரிந்து பேசுவது	உங்க நினைப்பு சரிதான். இது பெரிய முடிவுதான். அதற்காக என்ன செய்வது? எப்படியும் இது இல்லாம முடியாது. பேசாம வாங்கிடுங்க.

வாங்கிக் கொள்கிறேன் என்று அவர்கள் சொல்லிவிட்டார்கள், அடுத்து?

- நல்ல முடிவு என்று பாராட்டலாம்.
- நன்றி சொல்லலாம்.

என்றைக்கு டெலிவரி, எங்கே டெலிவரி என்று கேட்கலாம். எப்படி பணம் தரப் போகிறார்கள் என்று கேட்கலாம்.

எக்காரணம் கொண்டும், மீண்டும் விற்பனைப் பேச்சு (Sales Talk) மட்டும் செய்யக் கூடாது. விற்பனை முடிந்தாகி விட்டது. நாமே அதை மீண்டும் ஆரம்பித்துவிடக் கூடாது. அடுத்த விஷயத்துக்குப் போய்விட வேண்டும்.

வேண்டாம் என்று சொல்லிவிட்டார், அடுத்து?

சோர்வு அடைந்துவிட வேண்டாம். ஐந்து ஆறு முறைகள் வேண்டாம் என்று சொல்லிவிட்டு பின்பு வாங்கியவர்கள் உண்டு. அவர்கள் வேண்டாம் என்பதற்கு எத்தனையோ காரணங்கள் இருக்கும்.

பங்குத் தரகு நிறுவனங்களில், விற்பனையாளர்கள் செய்ய வேண்டியது, வாடிக்கையாளர்களை அவர்கள் நிறுவனத்தில் வர்த்தகக் கணக்கு திறக்க வைப்பது. 'டிரேடிங் அக்கவுண்ட்' ஆரம்பிக்க வைக்க வேண்டும். ஒவ்வொரு விற்பனையாளரும் மாதம் இத்தனை (5 முதல் 15 வரை) கணக்குகள் திறக்க வேண்டும் என்று இலக்கு இருக்கும். கணக்கு திறந்தபின், அந்த வாடிக்கையாளருக்குத் தேவைப்படும் விளக்கங்கள், படிவங்கள் முதலியவற்றை விற்பனையாளர்தான் கொடுப்பார். இதற்காக, வாடிக்கையாளர்கள் அழைக்கும் இடங்களுக்கும் போவார்கள். அது சமயம் அவர்கள் செய்யும் வேலை 'ரிலேஷன்சிப் மேனேஜ்மெண்ட்', தொடர்ந்து சேவையளிப்பது. அதன் மூலம் நிறுவனத்துக்கு வருமானம் உண்டாக்குவது.

இது இப்படி நடக்க, நிறுவனத்தைக் காட்டிலும், குறிப்பிட்ட விற்பனையாளரிடம், வாடிக்கையாளர் அதிக நெருக்கமாகி விடுவார். பின்பு ஏதோ காரணத்துக்காக, அந்த விற்பனையாளர் வேறு பங்குத் தரகு நிறுவனத்துக்கு மாறினால், அவருடைய வாடிக்கையாளர்களும் அவர் போகும் நிறுவனத்துக்கு மாறுவார்கள். இது நடப்பதுதான்.

நடராஜன் என்று ஒரு விற்பனையாளர். நான் பணிபுரிந்த நிறுவனத்தில் பணிக்குச் சேர்ந்தார். அவர் சொல்லி, ஒரு சில வாடிக்கையாளர்கள் எங்கள் நிறுவனத்தில் வர்த்தகக் கணக்கும் திறந்தார்கள். ஆனால் மோசஸ் என்கிற ஒரு பெரிய வாடிக்கை யாளர் மட்டும் மாறவில்லை. முன்பு வர்த்தகம் செய்து கொண்டிருந்த அதே தரகு நிறுவனத்தில் தொடர்ந்து வர்த்தகம் செய்தார். ஆனாலும், நடராஜனை விடாமல் அழைப்பார். 'அய்யா நான் நிறுவனம் மாறிவிட்டேன்' என்று நடராஜன் சொன்னாலும் விடமாட்டார். நடராஜனும் அவருக்குத் தொடர்ந்து சர்வீஸ் கொடுத்தார். மோசஸ் வீட்டிற்குப் போவார். அவர் லேப்டாப்பில் செய்ய வேண்டிய 'அப்டேட்' எல்லாம் செய்வார்.

இந்த சேவையினால், நடராஜனுக்கு பலன் ஏதுமில்லை. அவர் தற்சமயம் பணிபுரிவது வேறு ஒரு (எங்கள்) நிறுவனத்தில் இருந்தாலும் நடராஜன் பழைய நிறுவனத்திலேயே வர்த்தகம் செய்தார். சில சமயம் அவர்கள் இருவரும் ஹோட்டல்களிலும் சந்திப்பார்கள். சந்திப்புகளின்போது டீ, காபி, டிபன்கள் வரும். பில்லுக்கான பணத்தை வாடிக்கையாளர் மோசஸ்தான் கொடுப்பார். அவர் பெரிய பணக்காரர்.

பலமுறை நடராஜன், மோசஸிடம் சொல்லியிருக்கிறார், 'நீங்கள் உங்கள் வர்த்தகக் கணக்கை நான் தற்போது பணிபுரியும் நிறுவனத்துக்கு மாற்றிக் கொள்ளுங்கள்' என்று. மோசஸ் அதனைக் காதில் போட்டுக் கொள்ளவேயில்லை.

அந்த மாற்றம் திடீரென்று ஒருநாள் நிகழ்ந்தது. 'சரி, நடராஜன் உங்கள் நிறுவனத்தில் கணக்கு திறப்பதற்கான படிவங்களை எடுத்து வாருங்கள். இன்றே தொடங்கி விடலாம்' என்றார். கையெழுத்திட்டார். செக்கை எடுத்தார், மாற்றிவிட்டார்.

மாறியது ஏன்? மாற்றியது எது?

நடராஜன் செய்த ஒரு செயல்தான். வழக்கம்போல ஓட்டலில் சாப்பிட்டதற்கு மோசஸ் பணம் கொடுக்க, தன் பர்சை எடுத்த போது, அந்த முறை நடராஜன் அவரைக் கையமர்த்திவிட்டு, 'சாரி மோசஸ் சார். இனி பில்லுக்கு பணம் நான் குடுக்கிறேன்' என்றார். திகைப்புடன் 'ஏன்?' என்ற மோசஸிடம், 'நான் வேலை யிலிருப்பது வேறு நிறுவனத்தில். நீங்கள் வர்த்தகம் செய்வது

வேறு ஒரு நிறுவனத்தில். அப்படியிருக்க, நான் எப்படி சார் உங்கள் காசில் சாப்பிடலாம்?'

' இதுநாள் வரை இப்படிதானே போயிற்று. இப்ப என்ன? ஏன் திடீர் மாற்றம்?' உண்மையான ஆச்சரியத்துடன் கேட்டார் மோசஸ்.

'கரெக்ட் சார். உங்களை ஒரு 'பிராஸ்பெக்ட்' (வாவா)வாக நினைத்து இவ்வளவு நாள் முயற்சி செய்தேன். அதற்காகத்தான் உங்கள் காசில் சாப்பிட்டேன். ஆனா முடியலை, இனி முடியும்னும்...' - நடராஜன் அந்த வாக்கியத்தை முடிக்கும் முன் மோசஸ் சொன்னதுதான்.

'சரி நடராஜன், உங்கள் நிறுவனத்தில் கணக்கு திறப்பதற்கான படிவத்தை எடுத்து வாருங்கள்... இன்றே...'

தொடர்ந்து முயற்சிக்க, கிடைக்காமல் போகாது. எல்லோரையும் இப்படி முயற்சிக்கத் தேவையில்லைதான்.

வாவா வை சந்திக்கிறோம். பேசுகிறோம். கவனிக்கிறோம். பொதுவாக வாவா க்கள் என்ன வழிகளில் நகர்வார்கள் என்று பார்த்தால், அது இப்படித்தான் இருக்கும்.

வாடிக்கையாளர் நகர்தல்

நிலை	
1.	வாங்குவதில் / நாம் விற்க நினைக்கும் பொருள் / சேவையின் மீது அவர்களுக்கு ஆர்வமில்லை.
2.	ஆர்வம் வருகிறது. கவனிக்கிறார்கள். ஆனால் ஆர்வத்தின் அளவு குறைவுதான்.
3.	பொருள் / சேவையின் மீதான ஆர்வம் வலுப்பெறுகிறது.
4.	வாங்கலாம் என்கிற முடிவுக்கு வருகிறார்கள்.
5.	வாங்க வேண்டும் என்பதில் உறுதியாக இருக்கிறார்கள்.
6.	வாங்கியாகி விட்டது.

6

விற்பனை மேம்பட சில யோசனைகள்

கண்டுபிடி, கண்டுபிடி

எல்லா வாவாக்களுக்கும் தங்களின் தேவைகளைச் சரியாக தெரிவிக்கத் தெரியும் என்று சொல்ல முடியாது. அவர்களின் தேவையினை நாம்தான் கண்டுபிடித்துச் சொல்ல வேண்டியிருக்கும். ஆங்கிலத்தில் கண்டுபிடிப்பதை இரண்டுவிதமாக சொல்வார்கள். ஒன்று டிஸ்கவரி. இருக்கிறது. ஆனால் தெரியவில்லை. அதைக் கண்டுபிடித்துச் சொல்வது. அமெரிக்காவை கொலம்பஸ் கண்டுபிடித்தார் என்பது போல. மற்றொரு கண்டுபிடிப்பு, இன்வென்ஷன். தாமஸ் ஆல்வா எடிசன் மின்சார பல்பினை கண்டுபிடித்தார் என்பதுபோல. அது முன்பு இல்லை. அவர்தான் கண்டுபிடித்தார். உருவாக்கினார்.

நாம் கொலம்பஸாக மாறுவதுதான் நம் பணிக்கான அடிப்படை அணுகுமுறை. வாவாவுக்கு தேவைப்படும் பொருள் பற்றி அவருக்கே தெரியாமல் இருக்கலாம். பேசி விசாரித்து எடுத்துச் சொன்னால் ஒப்புக்கொள்வார்.

வெட்கம் தவிர்

மாபெரும் விற்பனையாளர்களின் வெற்றி ரகசியம் ஒன்று உண்டு. அது, 'என்னிடம் வாங்கிக் கொள்ளுங்கள்' என்று பலரிடமும் கேட்பது. அப்படி கேட்காமல் முடியாது.

கேட்பதற்கு வெட்கப்பட்டால் வேலை ஆகாது. 'எப்படிக் கேட்பது?', 'கேட்டால் என்ன நினைத்துக் கொள்வார்கள்?' என்கிற நினைப்புகளை விடவேண்டும். தெளிவாக, மீண்டும் மீண்டும் கேட்கத்தான் வேண்டும். அதற்கு வெட்கத்தை விடவேண்டும்.

இந்தக் கதையினை கேள்விப்பட்டிருக்கலாம். நல்ல வெயில் நேரம். ஒரு செல்வந்தர் குதிரை மீது போனார். தலையில் தலைப் பாகை. கையில் குடை வைத்திருந்தார். அழகான செருப்புகளும் போட்டிருந்தார். அவர் அருகே நடந்து போய்க்கொண்டிருந்த ஓர் ஆள் இதனைப் பார்த்தார். யோசித்தார். கேட்டார்.

'அய்யா, நீங்கள் தான் குதிரையில் போகிறீர்களே, உங்கள் செருப்புகளை எனக்கு தாருங்களேன். வெயில் காலை சுட்டுக் பொசுக்குகிறது.'

செல்வந்தர் மறுப்பு சொல்லவில்லை. கழற்றிக்கொடுத்து விட்டார். சற்று நேரம் போனது. வெயில் மேலும் அதிகமானது போலிருந்தது. கூடவே நடந்து வந்த பாதசாரி, செல்வந்தரிடம் கேட்டார், 'வெயில் மண்டையைப் பிளக்கிறது. நீங்கள் தான் தலைப்பாகை வைத்திருக்கிறீர்களே! குடையை எனக்குத் தாருங்களேன்.'

தந்துவிட்டார்.

மேலும் கொஞ்ச தூரம் நடந்ததும், அவர் செல்வந்தரை மீண்டும் அணுகினார். கேட்டார், 'நடந்து நடந்து கால் வலிக்கிறது. குதிரையைத் தாருங்களேன்'

'உனக்கு எத்தனை முறையப்பா தருவது?' செல்வந்தர் மறுத்துவிட்டார். கவனித்திருக்கலாம். அவர் குதிரையைக் கேட் டதை தவறென்று சொல்லவில்லை. மூன்றாவது முறையாக ஏன் எதையோ கேட்கிறாய் என்றுதான் கேட்டார்.

முதல் முறையே பெரிய விற்பனைக்கு கேட்கலாம். கிடைக்கும்.

வெட்கம், தயக்கம் எல்லாம் விற்பனையாளர் வேலைக்கு சத்ருக்கள். ஆகாது. கேட்பதை நேரடியாகக் கேட்கவேண்டும். முதலிலேயே.

உதவு, உதவுவார்கள்

வாவா-க்களைக் கண்டுபிடிப்பதற்கென்றே தனியாக தேடிப் போகவேண்டுமென்பதில்லை. போகுமிடமெல்லாம் வாவாக் கள்தான். ராஜசேகர் என்கிற எல்.ஐ.சி. முகவர் ஒருவர் சென்னை யில், பேருந்தில் போய்க்கொண்டிருக்கிறார். அப்போதைய மவுண்ட் ரோடு, சாந்தி தியேட்டர் நிறுத்ததில், ஒருவர் கையில் மூன்றாவது மகனுடன் ஏறுகிறார். உட்கார இடமில்லை. தடு மாறுகிறார். ராஜசேகர் எழுந்து இடம் கொடுக்கிறார். 'நன்றி.' அடுத்த நிறுத்தத்தில் அந்த நபருக்கு அருகில் உள்ளவர் எழ, வேறு யார் யாரோ உட்கார முயல்கிறார்கள். பிள்ளையுடன் அமர்ந்திருந்தவர், அவர்களை எல்லாம் உட்கார விடாமல் தள்ளிவிட்டுவிட்டு, ராஜசேகரை அழைத்து உட்கார வைத்துக் கொள்கிறார். அடுத்த நிறுத்தம் போவதற்குள், ராஜசேகர் பேச்சு கொடுத்து, அவரிடம் தொலைபேசி எண்களை பறிமாறிக்கொள் கிறார். அடுத்த 10 நாள்களில் அந்தப் பையன் பெயரில் கணிச மான தொகைக்கு ராஜசேகர் மூலம் ஒரு பாலிசி எடுக்கிறார் அவர்.

அதே ராஜசேகர். இடையக்குடி பேருந்தில் சாத்தான்குளம் போய்க்கொண்டிருக்கிறார். பக்கத்து சீட்டில் இருந்தவர் முகம் கொடுத்து பேசவேயில்லை. வழியில், 'டீ, காப்பி சாப்பிடுற வங்க சாப்பிடலாம். வண்டி பத்து நிமிஷம் நிக்கும்' என்கிற அறிவிப்பினைத் தொடர்ந்து பலரும் இறங்குகிறார்கள். பத்து நிமிடம் கழித்து வண்டி கிளம்புகிறது. ராஜசேகருக்கு பக்கத்தில் அமர்ந்திருந்தவர் வரவில்லை. வண்டியை எடுக்க வேண்டாம் என்று சொல்லி காக்க வைக்கிறார் ராஜசேகர். பின்பு, தானே இறங்கிப்போய் பார்க்கிறார். அந்த நபர் வருகிறார். நன்றி சொல் கிறார். மகிழ்ச்சியுடன் பேசுகிறார். பிறகு என்ன? அவர் மகன்கள் இருவர் பெயரிலும் ராஜசேகர் மூலம் பாலிசிகள் எடுக்கப் படுகின்றன.

தெளிவாகக் கேள்

மேடைப் பேச்சுகளில் கவனித்திருக்கலாம். முதன்முறையாக பேசுபவர்களுக்கும், சிறப்பாகப் பேசுபவர்களுக்கும் இடையே உள்ள வேறுபாடுகள் சுவாரசியமானவை. பழகிய பேச்சாளர் களின் உச்சரிப்புகள் தெளிவாக இருக்கும். 'இப்போது வந்திருக் கிற சிறப்பு விருந்தினருக்கு மாலை அணிவித்து சிறப்பு

செய்யுமாறு, செயலாளர் வெங்கட் அவர்களை அழைக்கிறேன்' என்று பழகிய ஒருவர் சொல்லுகிறார் என்றால், அவர்கள் சொல்கிற ஒவ்வொரு வார்த்தையும் கேட்பவர்கள் காதுகளில் விழும், புரியும். ஆனால் அதிகப் பழக்கமில்லாதவர்கள், மேடை பயத்துடன் அதைச் சொன்னால், அவர்கள் என்ன சொல்கிறார்கள் என்றே புரியாது. வேகமாக, சில சொற்களை மென்று விழுங்கி விட்டதுபோல சொல்வார்கள்.

விற்பனைக்கான பேச்சிலும் தெளிவு வேண்டும். அதற்கு வெட்கம் போக வேண்டும். தயக்கம் கூடவே கூடாது.

தைரியமாக விலை சொல்

வெளியூர் பேருந்துகளில் இந்த அனுபவம் கிடைத்திருக்கலாம். பேருந்து புறப்பட நேரமிருக்கும். ஓட்டுனர் தலைக்குப் பின்புறம் உள்ள தொலைக்காட்சியில் ஏதாவது ஒரு தமிழ் திரைப்படம் ஓடிக் கொண்டிருக்கும். சில 'சேல்ஸ்மென்கள்' ஏறுவார்கள். புத்தகங்கள், அல்லது பேனா (அழுத்தினால் மூடியில் லைட் எரியும்!) அல்லது வேறு ஏதோ ஒன்று. அதைப் பற்றி பொதுவில் சொல்லிவிட்டு, குறிப்பாக சிலர் மடியில் அதைப் போட்டு விட்டு, நகர்ந்து சென்றுவிடுவார்கள். நமக்கு வேண்டாம் என்றாலும் திருப்பிக் கொடுப்பதற்காகவாவது நாம் அதைக் கையில் எடுத்து வைத்திருக்க வேண்டிய நிலை வரும். ஓட்டுனர் வண்டியை கிளப்பியும் விடுவார். ஆனாலும் அந்த விற்பனையாளர் கொஞ்சமும் பதறாமல், அவர் பொருளை தன் கையில் வாங்கிக் கொள்ளாமலும் கம்பியில் சாய்ந்து நின்றுகொண்டும், சாவதானமாக நம்மோடு விலை பேசுவார்.

சென்னை சென்ட்ரல் ரயில்வே நிலையத்தில் தற்சமயம் முன்பதிவுக் கட்டடம் இருக்கும் இடத்தில், முன்பு மூர் மார்க்கெட் என்கிற வணிக வளாகம் இருந்தது. அப்போது அங்கே, 'அப்பா அம்மா' தவிர எல்லாம் கிடைக்கும் என்பார்கள். அதைவிட முக்கியமானது, அங்கே ஏதேனும் பொருள்கள் வாங்கப்போகும் நபர்களுக்கு, அதிலும் குறிப்பாக வெளியூர் நபர்களுக்கு கிடைத்த அனுபவங்கள் மிக வித்தியாசமானது.

ஏதாவது ஒரு பொருளை (கூலிங் கிளாஸ், செண்ட் பாட்டில், பெல்ட்...) வாங்கலாம் என்று அங்கே இருக்கும் கடைகள் முன்பு நின்று பார்த்தால் போதும். கடைக்காரர் அதனை எடுத்து நமக்கு

மாட்டியே விட்டு விடுவார். உடன் ஒரு முகம் பார்க்கும் கண்ணாடியையும் எடுத்து மிகவும் உதவிகரமாக முகத்துக்கு எதிரே பிடிப்பார். 'ராஜேஷ் கண்ணா மாதிரி இருக்குப்பா' என்பார். எல்லாம் ஒரு நேரம்வரை மரியாதையாகத்தான் போகும்.

தயங்கித் தயங்கி விலை என்ன என்று கேட்டால் ஒரு மிகப்பெரிய விலையினை அலட்சியமாக சொல்வார்கள். அவர்கள் சொல்கிற விதத்திலும், அதுவரை நடந்துகொண்ட முறையினாலும், அந்தப் பொருளை வேண்டாம் என்று மறுக்க முடியாது. சரி, குறைத்துக் கேட்கலாம் என்றால், எவ்வளவுதான் குறைத்துக் கேட்பது? என்று தயக்கமாக இருக்கும். (அந்த அளவு பெரிய விலை சொல்லியிருப்பார்கள்.) அதுதான் அவர்கள் எதிர்பார்ப்பதும். வேண்டாம் என்று அதைத் திருப்பிக் கொடுக்க முயன்றால், தொடக்கூட மாட்டார்கள். எடுத்த இடத்தில் வைத்துவிட முயன்றால், கர்ம சிரத்தையாக திரும்ப எடுத்து நம் கையில் திணிப்பார்கள். திரும்ப அங்கே போட நாம் முயற்சிக்க, வசவு ஆரம்பிக்கும். பின் அதட்டல், மிரட்டல் எல்லாம் தொடரும்.

'ஏதாவது ஒரு விலை சொல்லு', 'என்ன விலைக்குத்தான் வேணும்? நீயே சொல்லு சொல்லு' என்று விரட்டி, சொன்னதில் பாதி கூட இல்லை, கால் பங்கு விலைக்குக் கூட தருவார்கள். காரணம், அதன் மதிப்பு அதுகூட இருக்காது!

விற்பது எதுவாகவும் இருகட்டுமே. தைரியமாக விலை சொல்ல வேண்டும். கண்களைப் பார்த்துச் சொல்ல வேண்டும். தயக்கம் காண்பிக்கவே கூடாது. நம் பேச்சினால் அவர்களுக்கு சந்தேகம் வரவேகூடாது. பேரம் பேச இடம் கொடுக்கக் கூடாது.

எப்படி அணுக வேண்டும்?

விற்பனையாளர்களுக்கு இரண்டு குணங்கள் அவசியம். முதலாவது - உத்வேகம். விற்பனையை முடிக்க வேண்டும் என்கிற வேகம். இரண்டாவது குணம், வாடிக்கையாளர் என்ன சூழ்நிலையில் இருக்கிறார்? அவருடைய ஆர்வம் என்ன என்பதைப் புரிந்து கொள்கிற 'எம்பதி' என்கிற உணர்வு.

சில வெற்றிகரமான விற்பனையாளர்களைக் கவனித்தால் தெரியும். அவர்களிடம் இந்த இரண்டு குணங்களுமே கூடுதலாக இருக்கும். அவர்களின் வெற்றிக்கு இரண்டு குணங்களுமே நிறைவாக இருப்பதுதான் காரணம். இரண்டும் அவசியம்.

வேறுசில விற்பனையாளர்களிடம், தன்னார்வம், சுயமுனைப்பு போன்றவற்றை உள்ளடக்கிய உத்வேகம் இருக்காது. தவிர வாடிக்கையாளர்களின் சூழ்நிலைகளைப் புரிந்துகொள்ளும் புரிந்துணர்வும் இருக்காது. அதனால் அவர்களின் விற்பனை வாழ்க்கையில் வெற்றியும் இருக்காது. பிறகு இரண்டுமே இல்லாவிட்டால் எப்படி? இந்த இரண்டு முக்கிய குணங்களில் ஒன்றிருந்து மற்றொன்று இல்லாமலிருப்பவர்களும் உண்டு. இப்படி, இந்த இரண்டு குணங்களின் அடைப்படையில் பார்க்கும்போது, விற்பனையாளர்களிடம் எந்தக் குணம் எந்த அளவில் இருந்தால், விளைவு எப்படி இருக்கும் என்பதை ஒரு நான்கு சதுரப் படமாகப் பார்க்கலாம்.

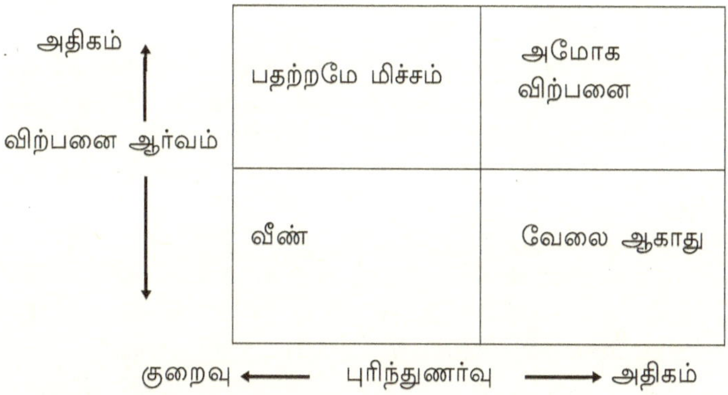

விற்பனையாளரிடம் இருப்பது	விளைவு
1. விற்பனை ஆர்வமும் வேகமும் புரிந்துணர்வும் அதிகம்	அமோக விற்பனை
2. அதீதமான புரிந்துணர்வு. வேகம் அடுத்தபட்சமே.	வேலை ஆகாது
3. இரண்டு குணங்களுமே குறைவு.	வீண். வேலை ஆகாது.
4. தன் வேலை மட்டுமே குறி. புரிந்துணர்வே இல்லை.	பதற்றமே மிச்சம். வேலை ஆகாது.

லூகி என்கிற அமைப்பு பற்றி முன்பே பார்த்திருந்தோம். காப்பீட்டுத் துறையில் இருப்பவர்களுக்கு தொழில்முறை உதவிகள் செய்து வரும் நிறுவனம். அதன் தலைவர் சீனுவாசன். சென்னை சவேரா ஓட்டலில் ஒரு கூட்டம் நடந்தது. நூற்றுக்கும் மேற்பட்ட நபர்கள் குழுமியிருந்தார்கள். காலை முதல் மாலை வரை பல பேச்சாளர்கள், பிரசண்டேஷன்கள். பங்குச்சந்தை நிலை பற்றி பேச என்னை அழைத்திருந்தார்கள்.

அந்த அமைப்பு, லூகி உறுப்பினர்களின் நன்மைக்காக ஒரு தொடர் பாட வகுப்பு நடத்தத் திட்டமிட்டிருந்தது. பயிற்சிக் கட்டணமாக 800 ரூபாய் கேட்கப்பட்டிருந்தது. என்ன காரணத்தினாலோ, அதுவரை போதிய அளவு நபர்கள் பணம் கட்டி சேரவில்லை.

முனைவர் பர்வீன் சுல்தானா, எல்லோராலும் சாதிக்க முடியும் என்று அடித்துப் பேசிவிட்டு அமர்ந்தார். கைதட்டல். தொகுத்து வழங்கியவரின் கையிலிருந்து மைக்கினை வாங்கினார், சீனிவாசன்.

‘எல்லோரும் சாதிக்க முடியும்தான். ஆனால் அதற்கான தயாரிப்பும் வேணுமில்லியா? அப்படித் தயாரித்துக்கொள்ள, நம் பாடத்திட்டம் உதவும். சும்மா கைதட்டினாப் போறாது. யாருக்கு விருப்பம் இருக்கோ, இப்பவே மேடைக்கு வாங்க, உடனே சேருங்க..’ என்றார். உடன், ‘வரும்போது உங்கள் பிசினஸ் (விசிட்டிங்) அட்டை மற்றும் முன்பணம் ரூ.200 மட்டும் எடுத்து கிட்டு வாங்க; ஓடிவாங்க. யார் முதலில் வருகிறீர்கள் பார்க் கலாம்’ என்றும் சொன்னார்.

முன் வரிசையில் இருந்த ஒருவர் எழுந்து மேடைக்கு ஓடி, சீனுவாசனிடம் அவசரமாக பணமும் விசிட்டிங் அட்டையும் கொடுக்க, அவரைப் பாராட்டிய சீனுவாசன், கூட்டத்தினரிடம், அந்த நபருக்காக கைதட்டச் சொல்ல, நல்ல கைத்தட்டல் அவ்வளவுதான். அதன் பிறகு பலரும் மடமடவென்று மேடை நோக்கி ஓடினார்கள். சில பெண்கள் அவசரம் அவசரமாக கைப்பைகளில் ரூபாயைத் தேடினார்கள்.

என் அருகில் அமர்ந்திருந்த பொறுப்பாளர்களில் ஒருவர் சொன்னார், ‘பார்த்தீர்களா? நாங்கள் எவ்வளவோ நாள்களாக

முயற்சி செய்கிறோம் இதுவரை மொத்தம் பத்துப் பேர் சேர்ந் திருந்தால் அதிகம். ஆனால் சீனுவாசன் சார் இரண்டே நிமிடம் பேசியதன் மூலம், இதே மேடையிலேயே ஐம்பது பேருக்கு மேலே சுலபமாகச் சேர்த்து விடுவார்கள், பாருங்களேன்'.

அதுதான் நடந்தது.

காற்றுள்ள போதே தூற்றிக் கொள் என்பது போல, மக்கள் மனதில் நாமும் ஏதாவது செய்ய வேண்டும் என்கிற உணர்வு தூண்டப்பட்ட உடனே, அதைச் செயல்படுத்த வாய்ப்புக் கொடுப்பது போல செய்யவேண்டும். அதைத்தான் சீனுவாச னும் செய்தார். அவர் செய்தது என்ன என்பதை சற்று விரிவாகப் பார்க்கலாம்.

1) சீனுவாசன் என்ன செய்தார் என்பது மட்டுமல்ல, அவர் எப்படிச் செய்யவில்லை என்பதிலும் விஷயம் இருக்கிறது. விரும்புவோர் வெளியே வாசலில் கவுண்டரில் இருக்கும் நபரிடத்தில் பெயர் கொடுக்கலாம் என்று அவர் சொல்ல வில்லை.

   அதை மாற்றி, 'இங்கே, மேடையில் இருக்கும் என்னிடம், இப்போதே கொடுங்கள்' என்றார். அதன் மூலம், மக்களுக்கு மேடைக்கு வரும் வாய்ப்பை ஏற்படுத்திக் கொடுத்தார். பலரும் பார்க்கும்போது மேடைக்கு வருவது என்பது நிச்சயம் பெருமைக்குரிய விஷயம். உபரியாக கைத் தட்டலும்.

2) அவரவர்களிடம் உங்கள் பெயர், முகவரி, தொலைபேசி எண், மின்னஞ்சல் என்று முழு விவரங்கள் கொடுங்கள் என்று கேட்கவில்லை. அப்படிச் செய்ய அதிக நேரம் பிடிக்கும். ஒவ்வொருவராகப் பெயர் சொல்லி எழுதி, அதற்குள் சேர விரும்புகிற மற்றவர்களின் வேகம் குறைந்து விடலாம். சிறிது நேரம் நின்றுவிட்டு, அங்கத்தினர் ஆகாமலேயே சிலர் நகர்ந்து வெளியேறி விடலாம்.

   'உங்கள் பிசினஸ் அட்டையைக் கொடுத்தால் போதும்' என்று அறிவித்ததன் மூலம், காத்திருத்தலை தவிர்த்து, அங்கத்தினராக்கும் வேலையை துரிதமாக்கி, பலரும் உடனடியாகச் சேரும் வாய்ப்பு உருவாக்கினார். அதனால் உறுப்பினர்களின் எண்ணிக்கை அதிகரித்தது.

3) மொத்த பணத்தினையும் அப்போதே தாருங்கள் என்று கேட்கவில்லை. கூட்டத்துக்கு வந்தவர்களிடம் கையில் எவ்வளவு பணம் இருக்கும் என்று சொல்ல முடியாது. அவர்கள் சேர விரும்பினாலும்கூட, கட்டணத் தொகை மொத்தமாக இல்லாதவர்களால் நிச்சயம் சேரமுடியாது. அப்போதிருந்த ஆர்வம் பின்னால் குறைந்து விடலாம். உணர்வு உள்ளபோதே அதனைச் செயல்படுத்த வாய்ப்புக் கொடுக்க வேண்டும். அதனால்தான், ரூ.200 கொடுத்தால் போதும், மீதிப் பணத்தை பின்பு அனுப்புங்கள் என்றார்.

4) அதையே அவர் ரூ.50 என்று மிகக் குறைவாகச் சொல்ல வில்லை. ரூ.50 என்று சொல்லியிருந்தால், மேலும் ஒரு சிலர் சேர்ந்திருக்கலாம்தான். ஆனால் ரூ 50 முன்பணம் போக, மீதத் தொகை 750னை அனுப்பி, அங்கத்தினர் ஆகக் கூடியோர் எண்ணிக்கை குறையலாம். கட்டிய தொகை வெறும் 50 ரூபாய்தானே, போனால் போகட்டும் என்று Dropout ஆகக் கூடிய ஆபத்தினைக் குறைத்து விட்டார். ரூ.200ஐ இழப்பது சிரமம். அதனால் கட்டாயம் மீதத் தொகையினை கட்டிவிடுவார்கள் என்பது அவர் கணக்கு. சரியான கணக்கு.

சர்வீஸ் நல்ல சர்வீஸ்

விற்பனையாளர் வேலைக்கான நேர்முகத் தேர்வுகளில் நான் கேட்கிற கேள்விகளில் இதுவும் ஒன்று. 'நீங்கள் எந்த விதத்தில் சிறந்த விற்பனையாளர்?' பெரும்பாலானவர்கள் சொல்லும் பதில், 'நான் நல்ல சர்வீஸ் கொடுப்பேன் சார்.' இப்படிப் பதில் வந்தால், உடனடியாக மற்றொரு கேள்வியைக் கேட்பேன். அது, 'அப்படியா? நல்லது. சர்வீஸ் என்றால் என்ன? நீங்கள் உங்கள் வாடிக்கையாளர்களுக்கு என்ன விதமான சேவைகள் செய்கிறீர்கள்?'

பெரும்பாலானவர்களிடம் இருந்து சரியான பதில் வராது.

சென்னை போன்ற நகரங்களில் இப்போது எல்லாம் மாறி விட்டது. முன்பெல்லாம், ஒரு சாதாரண உணவு விடுதிக்குப் போனால், நாம் அமரப் போவதற்குள், அங்கிருக்கும் சப்ளையர், 'கொஞ்சம் இருங்க சார்' என்று நம்மை நிறுத்திவிட்டு, தனது தோளில் போட்டிருக்கும் (அழுக்கான!) மேல் துண்டை எடுத்து,

நாம் உட்காரவிருக்கும் நாற்காலி சீட்டை இரண்டு துடை துடைப்பார். 'உம், இப்ப உட்காருங்க சார், என்ன வேணும்?' என்பார்.

இதுகூட சர்வீஸ்தான். சில பணியாளர்கள், நாம் படிக்கட்டில் ஏறிப் போனால், நம் பின்னாலேயே 'அய்யா, அய்யா' என்று ஓடி வருவார்கள். என்ன காரணத்துக்காகவோ நாம் சடாரென்று நின்றாலோ, இறங்க முற்பட்டாலோ, அவர்களும் அதையே செய்வார்கள். 'போன முறை வந்து தங்கியபோது வென்னீர் தானே அய்யா குடிக்க கேட்டீர்கள் அதான்' என்று நினைவாக அன்பு, மரியாதை, அக்கறை காட்டும் மனிதர்கள்.

இவையெல்லாம் கூட சேவைதானே. ஆமாம், இவையும் வாடிக்கையாளர்கள் சேவையில் சேர்த்திதான்.

1970களில் நான் பள்ளி செல்லும் மாணவன். அப்போது 'ஸ்டெப் கட்டிங்' எனப்படும் முடி திருத்தம் பிரபலம். நானும் அதையே விரும்பினேன். ஆழ்வார்பேட்டையில் எங்கள் வீடு. அங்கிருந்து நடந்தே தியாகராயநகர் கிருஷ்ணவேணி திரையரங்கம் அருகில் இருக்கும் மலபார் சலூனுக்குப் போவேன். அங்கு நான் நீண்டநாள் வாடிக்கையாளர். அங்கிருந்த ஒரு குறிப்பிட்ட நபர் வெட்டினால்தான் நான் அழகாகத் தெரிவேன்(!) என்கிற நினைப்போ என்னவோ, இரண்டரை ரூபாய் கட்டணம், மூணரை, நாலரை ஐந்து ஆனபோதும் விடாமல் அங்கேயே போனவன், திடீரென ஒருநாள் முடிவெடுத்தேன், இனி அங்கே போவதில்லை என்று. அதோடு அந்தப் பக்கம் தலை வைத்துக் கூடப் படுக்கவில்லை.

ஏன்? என்ன ஆயிற்று?

ஒருமுறை நான் போய் காத்திருக்கிறேன். எனக்கு முன்னால் போய் காத்திருந்தவர்கள் ஆறு பேர். அவர்கள் ஒவ்வொருவராக காலியாகும் இடங்களுக்குப் போக, இதோ அடுத்து என் முறை, நான் வேண்டும் நபரே வெட்ட இருக்கிறார். அப்போது உள்ளே வந்த ஒரு மனிதர், அங்கிருந்த பலருக்கும் சிரித்தபடியே வணக்கம் சொன்னார். நான் வெட்டிக் கொள்ள வேண்டியவரிடமும், அவர் பெயர் சொல்லி அழைத்து 'வணக்கம்' என்றார். என் முறை வந்தது. எழுந்தேன். ஆனால், 'வாருங்கள் உட்காருங்கள்' என்று முடி வெட்டிகொள்ள அவர் அழைத்தது என்னையல்ல. தாமதமாக வந்து சிரித்துப் பேசிய அவர்களுக்கு வேண்டியவரை.

அவர் போய் உட்கார்ந்து கொண்டார். நான், அது என் முறை என்றும், இரண்டு மணி நேரமாகக் காத்திருக்கிறேன் என்று சொன்னதையும் எவரும் பொருட்படுத்தவில்லை. இன்னும் 30 நிமிடம் காத்திருப்பது பெரியதல்ல. பதில் சொல்லாமல் அலட்சியப்படுத்தியதைத்தான் என்னால் தாங்கிகொள்ளமுடிய வில்லை. அவமானமாக உணர்ந்தேன். முடிவெட்டிக் கொள்ளா மலேயே அங்கிருந்து, அவர்கள் 'தம்பி தம்பி' என்று அழைப் பதைப் பொருட்படுத்தாமல் கோபத்துடன் கிளம்பி விட்டேன். எட்டு, ஒன்பது ஆண்டு தொடர்பு அந்த ஒரு கணத்தில் அறுந்து போனது.

வாடிக்கையாளர்கள் சேவையில் மரியாதை இங்கிதம், லட்சியம் செய்வது எல்லாம் அடக்கம். அவை இருக்கும்போது, பெரிய வியாபாரம் வாங்கித்தரும் வாய்ப்பாக இல்லாமல் இருக்கலாம். ஆனால் குறைந்து போனால் பிரச்னைதான்.

தேவை, அக்கறை

TVS நிறுவனம் ஜப்பானிய சுசுகி நிறுவனத்துடன் இணைந்து வியாபாரம் செய்துகொண்டிருந்த நேரம். தமிழ்நாட்டில் இருந்து ஒரு ஊழியர் குழு ஜப்பான் சென்றது. பல நாள்களும் அந்த நிறுவனத்தில் இவர்களுக்குத் தேவையான தமிழ்நாட்டு வகை உணவுகளே பறிமாறினார்கள். உபசரிப்பில் தமிழ்க் குழு குளிர்ந்துபோனது.

இறுதி நாள். 'அய்யா, இவ்வளவு நாள்களும் எங்களுக்காக தமிழ் உணவு வகைகளைத் தயாரித்த சமையல்காரர்களைப் பார்த்து நன்றி சொல்ல விரும்புகிறோம். கூப்பிடுகிறீர்களா?'

வந்தவர்கள் ஜப்பானிய சமையல்காரர்கள்தான்.

'என்ன, நீங்களா இவ்வளவு நன்றாக எங்கள் வகை உணவுகளைச் சமைத்தீர்கள்! எங்கள் ஊர்க்காரர் யாரோ ஒருவர் இங்கே இருக்கிறார் என்றல்லவா நினைத்தோம். உங்களுக்கு எங்கள் மனமார்ந்த நன்றி.'

'நன்றியை நீங்கள் நிறுவனத்துக்குத்தான் சொல்ல வேண்டும்'

'ஏன்?'

‘நீங்கள் வருவதற்கு முன்பாகவே, சுசுகி நிறுவனம் எங்களைத் தமிழ்நாட்டிற்கு அனுப்பி, உங்கள் வகை சமையலைக் கற்றுவரச் செய்தது. 15 நாள்கள்.’

சாப்பாடுதானே என்று அவர்கள் சாதாரணமாக நினைக்கவில்லை. அதற்காக எவ்வளவு யோசித்து, எவ்வளவு வேலை செய்திருக்கிறார்கள்! இதுதான் சேவை. வாடிக்கையாளர்களுக்கு என்ன தேவை என்று யோசித்து அதற்காக மெனக்கெடுவது.

விவரமான தகவல்கள்

சில வாடிக்கையாளர்கள் நம்முடைய பணப்பெட்டி போன்றவர்கள். நமக்கு சிறிய அளவிலோ, பெரிய அளவிலோ ஏதாவது வாய்ப்பு தந்து கொண்டேயிருக்கக் கூடியவர்கள். அப்படியென்றால் அவர்கள் நம்மைப் பொறுத்தவரை வி.ஐ.பிக்கள். அவர்களைப் பற்றி நமக்கு சரியாகத் தெரிந்திருக்க வேண்டும். முன்பே டேட்டாபேஸ் பகுதியில் பார்த்தது போல, முக்கிய வாடிக்கையாளர்களுக்கு என்று தனி நோட்டுப் புத்தகம் (டைரி) வைத்துக் கொள்ள வேண்டும். இதற்காக ஒரு பயனுள்ள தனி படிவத்தையே ஆயத்தம் செய்து, அச்சடித்து, பைண்ட் செய்து வைத்துக் கொள்ளலாம்.

வாடிக்கையாளர் பற்றிய விவரங்கள்: பெயர், வயது, மதம் (பண்டிகை வாழ்த்துக்கள் சொல்ல) வேலை, படிப்பு, அவருடைய ஆர்வங்கள், குடும்பம், உறுப்பினர்கள் விவரம் அவர் ஏற்கெனவே வாங்கிய பொருள்கள், வாங்கத் திட்டமிட்டிருப்பவை. மொத்தத்தில் அவருடைய அப்டேட்டட் ஜாதகம். இவற்றை ஒரு ரேஷன் கார்டு, வாக்காளர் அடையாள அட்டைக்கு விவரம் கேட்டுக் குறித்துக் கொள்வது போல, நோட்டும் பேனாவுமாக கேட்டு கேட்டு, எழுத முடியாது. செய்யவும் கூடாது. பேச்சுவாக்கில் தகவல் வாங்க வேண்டும். அதற்கு முன் உன்னிப்பாக கவனிக்க வேண்டும். தொடர்ந்து தகவல் பெற்று எழுதிக் கொண்டே வரவேண்டும். அவற்றை விற்பனை கண்ணோட்டத்துடன் அவ்வப்போது பார்க்க வேண்டும். (அப்படிப்பட்ட தகவல்களை எழுதிக்கொள்ள ஒரு மாதிரி படிவம்- பின் இணைப்பு 4-ல்)

தோற்றம் பார்த்து ஏமாறாதே

மணச்சநல்லூர் பக்கம் ஒரு விவசாயக் குடும்பம். காப்பீட்டு முகவர் ஒருவர் பாலிசி போடுங்கள் என்று கேட்டுப்

போயிருக்கிறார். இண்டு மணி நேரமாகப் பேசுகிறார்கள். குறைந்தது 'ஐந்து லட்சத்துக்காவது போடுங்கள்' என்று முகவர் வற்புறுத்துகிறார். 'இல்லை இல்லை. அவ்வளவு என்னால் முடியாது. இரண்டு லட்சம்தான் முடியும்' என்கிறார் வீட்டுக் காரர்.

இறுதியாக. 'சரி, படிவம் நிறைவு செய்யலாம். பணம் எடுத்து வாருங்கள்' என்கிறார் முகவர். அவர் எடுத்து வந்தது ரூ. 2 லட்சம். ரொக்கப் பணம். அவர் சொல்லியது ஆண்டுத் தவணை 2 லட்சம் பிரீமியம். முகவர் நினைத்துக்கொண்டிருந்ததோ, மொத்த பாலிசி தொகை (சம் அஷ்சூர்ட்) ரூ. 5 லட்சம்!

அவசரத்துக்கு என்று...

ஒரு இன்ஷுரன்ஸ் ஏஜெண்ட், பெரிய துணிக்கடைக்கார ஒருவரை அணுகி, காப்பீடு எடுத்துக்கொள்ளுங்கள் என்று கேட்டார். நன்றாக வியாபார ம் நடக்கிற சீசன் இது . காப்பீடு என்பது யோசித்து செய்யவேண்டிய விஷயம் என்பதால் பிறகு வாருங்கள் என்று சொல்லியிருக்கிறார் அவர். இவர் விடவில்லை. தொடர்ந்து கேட்டிருக்கிறார். பிறகு ஒரு நாள், 'ஏதாவது ஒரு சிறுதொகைக்காவது போடக் கூடாதா?' என்று கேட்டிருக்கிறார். சரி என்று சொல்லி, அந்த வியாபாரியும், மாதம் 150 ரூபாய் பிரீமியம் கட்டுகிற அளவுக்கு ஒரு பாலிசி எடுத்திருக்கிறார்.

இத்தனை பாலிசிகள் செய்தாக வேண்டுமென்கிற கட்டாயத்தில் இருந்த முகவர் செய்த வேலையில் என்ன தவறு?

பிடித்த வாவா வோ மிகப்பெரிய வாய்ப்புள்ள வாடிக்கையாளர். தங்க முட்டை போடும் வாத்து. சரியான சமயத்துக்காக காத்திருந் தால், மிகப்பெரிய தொகைக்கே, பாலிசி வாங்கியிருக்கலாம். ஆனால் பொறுமை இல்லாத காரணத்தினால், மிகப்பெரிய வாய்ப்பினை இழந்துவிட்டார் அந்த முகவர்.

யார், எவர், எப்படி என்பதைப் புரிந்துகொண்டு அதற்கு ஏற்ப நடந்துகொள்ள வேண்டும் என்பதற்கு உதாரணம் அசோக்.

13 ஆண்டுகள் கழித்து கிடைத்த ஆர்டர்

அசோக் ஒரு டெவலப்மெண்ட் ஆபீசர். உடுமலைப் பேட்டையைச் சேர்ந்தவர். தமிழ் நாட்டில் இருக்கும் பெரிய

நிறுவனங்களுள் ஒன்றான அந்த நிறுவனத்தின் முதலாளியை ஒரு பிரயாணத்தில் சந்தித்திருக்கிறார். பாலிசி போடுங்கள் என்று கேட்டிருக்கிறார். அதற்கு அவர், 'நான் இப்போது பாலிசி போடுவதாக இல்லை. எப்போது போடவேண்டும் என்று முடிவு செய்கிறேனோ அப்போது நானே தொடர்பு கொள்கிறேன்' என்று சொல்லியிருக்கிறார்.

அதுபோதுமானதாக இருந்திருக்கிறது அசோக்கிற்கு. அதன் பின் அவருடன் விடாமல் தொடர்ந்து தொடர்பில் இருக்கிறார். அவ்வளவு பெரிய நபருடன் இவர் எப்படி தொடர்பில் இருக்க முடியும்? முக்கியமான நாளில் வாழ்த்துக்கள் அனுப்புவது தான். தீபாவளி, பொங்கல், புத்தாண்டு போன்றவை தவிர, அந்தப் பெரிய மனிதரைப் பற்றி, செய்தித்தாள்களில் வரும் செய்திகளை நகலெடுத்து அனுப்புவது. அவர் இயங்கும் தொழில் தொடர் பான சுவாரசியமான முக்கியமான செய்திகளைக் கத்தரித்து அனுப்புவது போன்ற தொடர்புகள்.

ஒவ்வொரு முறையும் 'அசோக், டெவலப்மெண்ட் ஆபீசர்', LIC என்கிற சீலுடன் செய்திகள் போகும். விளைவு? அந்த நபர் ஒரு மிகப்பெரிய தொகைக்கு, பாலிசி எடுக்க முடிவு செய்தவுடன் தொடர்புகொண்டது அசோக்கினைத்தான். ரூபாய் 5 கோடிக்கு பாலிசி எடுத்தார், அவராக அசோக்கினை அழைத்து.

சீனாவில் ஒருவகை மூங்கில் இருக்கிறதாம். அதனை விதைத்த பிறகு, அது மீண்டும் முளைத்து வருவதுபோலவே தெரியாதாம். எந்தவிதமான அறிகுறியும் பல மாதங்களுக்கு தென்படாதாம். பின் திடீரென்று வளர ஆரம்பிக்குமாம். மடமட வென்று வேகமாக வளருமாம். அப்படித்தான் சில வாவாக்கள் செய்வார்கள். நம்மைப் பற்றி நல்லெண்ணம் கொள்வார்கள். ஆனால் வெளியில் சொல்லமாட்டார்கள். தேவை வரும் போது அழைப்பார்கள், கொடுப்பார்கள். பெரிய அளவுகளில்.

மறுத்தாலும் நண்பர்களே

ராஜசேகர் எல்.ஐ.சியில் வளர்ச்சி அலுவலர். முன்பே பார்த் தோம். அவர் முகவராக இருந்த போது நிகழ்ந்தது இது. ஒரு பிரபல தினசரி அலுவலகத்தில் தலைமை அதிகாரி முதல் கடை நிலை ஊழியர் வரை பலரும் அவர் மூலம் பாலிசி எடுத்தவர்கள். ஆனால் அதே நிறுவனத்தில் ஒரே ஒரு நபர் மட்டும்,

ராஜசேகரிடம், 'ஆயுள் காப்பீடு பாலிசி எடுக்காமல் இருப்பதே தனது பாலிசி' என்று சொல்லியிருக்கிறார். அதனை மதித்தார் ராஜசேகர். அவரையும் மற்றவர்களைப் போலவே அடிக்கடி சந்திப்பார். வணக்கம் சொல்வார். நலம் விசாரிப்பார். மற்ற விஷயங்கள் பேசுவார். ஆனால் பாலிசி போடுங்கள் என்று கேட்காதது மட்டுமல்ல, அது சம்பந்தமாக எதையுமே பேச மாட்டார்.

ஒன்றிரண்டு ஆண்டுகள் ஆகியிருக்கும். அந்த நபரே ராஜசேகரை அழைத்தார். பாலிசி போட வேண்டும் என்றார். ராஜசேகர், பார்த்தீர்களா என்ன ஆயிற்று என்பதுபோல பேசவில்லை. மாறாக, தாமதமாக முடிவெடுத்தாலும் சரியான முடிவெடுத் திருக்கிறீர்கள். மேலும் என்னை அழைத்து இதை செய்யச் சொன்னதன் மூலம் என்னையும் கௌரவப்படுத்திவிட்டீர்கள் என்றார். அந்த பாலிசி மட்டுமல்ல. அதே நபர் மூலமாக பல பாலிசிகள் வந்து சேர்ந்தன ராஜசேகருக்கு.

சிலர் தொடக்கத்தில் கட்டாயமாக மறுக்கலாம். விட்டுவிட வேண்டும். விட்டுப்பிடிக்கும் முறை இது. கட்டாயம் கிடைக் கும் ஆனால் அசோக் போல, ராஜசேகர் போல தொடர்ந்து தொடர்பில் இருக்கவேண்டும். நல்லவிதமாக நடந்துகொள்ள வேண்டும். எல்லா செடிகளுக்கும் தண்ணீர் ஊற்றிக்கொண்டே யிருக்கும் தோட்டக்காரன் போல நடந்துகொள்ள வேண்டும். ஒவ்வொன்றும் ஒவ்வொருமாதிரி. எப்போது முளைக்கும், பூக்கும் என்று நமக்கு தெரியாது. ஆனால் எல்லாம் கட்டாயமாக பூக்கும், காய்க்கும்.

செலவல்ல, முதலீடு

பென் ஃபெல்ட்மேன் (Ben Feldman) என்பது அவருடைய பெயர். எவரும் உதாரணம் கொள்ளத்தக்க ஒரு விற்பனை யாளர். அமெரிக்காவில் நியுயார்க் லைஃப் இன்ஷுரன்ஸில் 1932 முதல் 1993 வரை முகவராக பணியாற்றியவர். மிகப்பெரிய வெற்றியாளர். எவ்வளவு பெரிய வெற்றியாளர் என்றால், அந்தப் பெரிய நிறுவனம் இவர் பெயரிலேயே, 'பீல்ட்மேன்'ஸ் பிப்ரவரி' என்று ஒரு போட்டியே வைக்குமளவிற்கு பிரபல மானவர். தனது பெரிய விற்பனைகளால் பிரபலமானவர். (அந்தப் போட்டியில் வென்றவரும் அவரே என்பது தனிக்கதை)

அவருடைய ஒரு வெற்றி இரகசியம், சரியான செலவுகள் என்பவை லாபம் தரக்கூடிய முதலீடுகள் என்பதுதான். விமான நிலையத்தில் டிக்கெட் கொடுக்குமிடத்தில் ஒருவரை நண்ப ராக்கிக்கொண்டுவிட்டார் பென். எப்போதெல்லாம் மிகப்பெரிய தொழிலதிபர்கள், அதிகாரிகள், முதலாளிகள் விமானப் பயணத்துக்கு டிக்கெட் வாங்குகிறார்களோ, அப்போதெல்லாம் இவருக்கும் ஒரு டிக்கெட் போட்டுவிடவேண்டும் என்பது அவரது விமான நிலைய நண்பருக்கு இவர் வைத்திருந்த வேண்டுகோள். அந்தப் பெரிய மனிதர்கள் கிளம்பும் அதே ஊரில் இருந்து (அது எந்த ஊராக இருந்தாலும்) அவர்கள் போகும் அதே ஊருக்கு (அது எவ்வளவு தொலைவில் இருந்தாலும்) டிக்கெட் வாங்கிவிடவேண்டும். ஒரே ஒரு கண்டிஷன், அது அவர்களுக்கு பக்கத்து சீட்டாக இருக்க வேண்டும்.

என்ன காரணம்? எதற்காக அவ்வளவு பணமும் நேரமும் செலவழித்துக்கொண்டு தேவையேயில்லாத ஊர்களுக்குப் பயணம்?

அவ்வளவு பெரிய மனிதர்களுடன் எவ்வளவு கெஞ்சினாலும் இரண்டு நிமிடமாவது தனியாக பேசக் கிடைக்குமா? கிடைப்பார்களா? அப்படிப்பட்டப் பெரிய மனிதர்களுக்கு பக்கத்தில் அமர்ந்து கொண்டு, ஒரு சகபயணியாக பல மணி நேரங்கள் பயணம் செய்யக் கிடைக்கும் வாய்ப்பல்லவா அது! அப்படி யோசித்திருக்கிறார் பென். பயணம் செய்யும் நேரத்தில் வேறு எவர் தொந்திரவும் குறுக்கீடும் இன்றி, எவ்வளவோ பேசலாமே! நாசூக்காக, விரும்பும்படி சுவாரஸ்யமாக பேசச் தெரிந்திருந்த அவருக்கு, அப்படிப்பட்ட வாய்ப்புகள் எல்லாம் பெரிய விற்பனைகளில்தான் முடிந்திருக்கின்றன. ஆக, சம்மந்தமேயில்லாத அந்தப் பயணங்கள், பயணச் செலவு எல்லாம் அவருடைய வியாபார முதலீடுகள் ஆயின.

புகார்கள், வருத்தங்கள்

சில வாடிக்கையாளர்கள் குறைகளை அழுத்தமாகச் சொல்வார் கள். சிலர் சத்தம் போட்டுப் பேசுவார்கள். இது சரியில்லை, அது சரியில்லை, திருப்தியில்லை என்று வருத்தப்படுவார்கள். நம் வேலை முடிந்துவிட்டது. அடுத்தவரைப் பார்க்கப் போகலாம் என்றால், இவர் ஏதேதோ சொல்லிக் கொண்டிருக்கிறாரே. வரச்சொல்கிறாரே என்ன செய்வது?

ஓட்டல்களில் இரண்டு வகை உண்டு. ஒன்று பேருந்து நிலையங்களில் இருக்கும் ஓட்டல்கள். மற்றொன்று ஊருக்குள் இருக்கும் ஓட்டல்கள். இரண்டுக்கும் இடையே என்ன வேறுபாடு? பேருந்து நிலைய ஓட்டல்களுக்கு ஒரே வாடிக்கை யாளர்கள் திரும்பத் திரும்ப வருவதில்லை. புதிய நபர்களே வருவார்கள். 'புளோட்டிங் கிரவுடு'. பயணம் போகிற வெளியூர் காரர்களாக வருவார்கள். ஆனால் உள்ளூர் ஓட்டல் கதை வேறு. அவர்கள் சந்திக்க வேண்டியது மீண்டும் மீண்டும் வரும் 'ரிப்பீட் கஸ்டமர்'களை.

புதிது புதிதாக வருபவர்களுக்கும் நல்ல சாப்பாடுதான் கொடுக்க வேண்டும். ஆனால் சில ஓட்டல்கள் கொடுப்பதில்லை. அதனால் அவர்களுக்குப் பாதிப்பும் இல்லை. ஆனால் உள்ளூர் ஓட்டல்கள், உள்ளூர் வாடிக்கையாளர்கள் என்றால் அந்த அணுகுமுறை செல்லுபடியாகாது.

நமது வாடிக்கையாளர் நம்மை ஒரே ஒருமுறை சந்திக்கப் போகிறவரா அல்லது மீண்டும் சந்திக்கப் போகிறாரா, வேறு விற்பனை வாய்ப்பு தரவல்லவரா என்று யோசித்துப் பார்த்துக் கொள்ளலாம். இரண்டாம் வகை என்றால், அவர்களுடைய புகார்கள், வருத்தங்கள் முக்கியமானவை. முதலாவது வகை யினரிடம் குறைகள் இருந்தாலும் அவற்றைச் சரி செய்யா விட்டாலும் நமக்கு நேரடியான பாதிப்பு வராது.

வாடிக்கையாளர்கள், குறை சொன்னால்தான் நல்லது. குறையை சரி செய்வோம் என்று எதிர்பார்க்கிறார்கள். சரி செய்ய வாய்ப்பு தருகிறார்கள். சரி செய்தபின் திருப்தியாக்கி நம்முடன் தொடர்ந்து நட்பு வைத்திருப்பார்கள்.

ஆனால் குறை இருந்தும் வாடிக்கையாளர் நம்மிடம் சொல்லா மல் போகிறார் என்றால் என்ன பொருள்? சத்தமில்லாமல் நம்மை விட்டு நகர்கிறார் என்றுதான் அர்த்தம்.

சொல்லத் தெரியுமா?

இது உண்மைச் சம்பவம். போண்டிக் (Pontiac) என்கிற ஒரு கார், சந்தையில் புதியதாக அறிமுகப்படுத்தப்பட்டது. சில நாள் களிலேயே தயாரிப்பு நிறுவனத்துக்கு வந்த புகார் இப்படி யிருந்தது. 'நான் சமீபத்தில்தான் உங்கள் நிறுவனத்தில் கார் வாங்கினேன். கார் நன்றாகத்தான் இருக்கிறது. ஆனால் ஒரு

விஷயம்தான் எனக்கு புரியவில்லை. அந்தக் காரை எடுத்துக் கொண்டுபோய், சாக்லேட், ஐஸ்கிரீம் வாங்கினால் ஸ்டார்ட் ஆக மறுக்கிறது. பிஸ்தா ஐஸ் கிரீம் வாங்கினாலும் கடை வாசலில் இருந்து கிளம்ப மறுக்கிறது. ஆனால் வெணிலா ஐஸ்கிரீம் வாங்கினால் மட்டும் பிரச்னை செய்யாமல் கிளம்பிவிடுகிறது. இது ஏன்?

அவர்களால் நம்ப முடியவில்லை. 'என்ன இந்த வாடிக்கையாளர் இப்படிச் சொல்கிறார்? கார் ஒரு அஃறிணைப் பொருள். எந்திரம். அதற்கு எப்படி நாமென்ன ஐஸ்கிரீம் வாங்குகிறோம் என்று தெரியும்? அப்படியே தெரிந்தாலும் அதென்ன, ஒரு ஃபிளேவருக்கு கிளம்புவது, ஏனைய ஃபிளேவர்கள் வாங்கினால் கிளம்புவதில்லை! காருக்கு இப்படியெல்லாம் பாரபட்சம் காட்டத் தெரியுமா என்ன? இருக்க முடியாதே!'

ஆனாலும் வாடிக்கையாளர் சொன்னதை முக்கியமானதாக எடுத்துக்கொண்டு ஆராய்ந்தார்கள். ஆராய்ச்சியின் முடிவில், வாடிக்கையாளர் சொன்னது உண்மைதான் என்று தெரியவந்தது. அந்தக் குறிப்பிட்ட டிபார்ட்மெண்ட் ஸ்டோரில், அதிகம் விற்பனையாகும் வெணிலா ஐஸ்கிரீமை, கடை வாசல், கேஷ் கவுண்டருக்கு அருகிலேயே இருந்த ஃப்ரீசரில் வைத்திருக்கிறார்கள். அதை வாங்கப்போனால், நிறுத்திய காரை சீக்கிரமே திரும்ப வந்து எடுக்கிறார் கார் வாங்கியவர். மற்ற ஐஸ் கிரீம்கள் கடையின் உள்ளே, தள்ளி இருக்கின்றன. வர தாமதம் ஆகிறது. வேப்பர் லாக் ஆகி, அதனால் கார் கிளம்புவதில்லை. அதிக நேரம் பனியில் நிற்பதால் வரும் கோளாறு என்று கண்டு பிடித்தார்கள். சரி செய்தார்கள்.

பிரிட்டிஷ் ரயில்வே கதை

சில ஆண்டுகளுக்கு முன்னால் பிரிட்டிஷ் ரயில்வேயின் வியாபாரம் மந்தமானது. (அங்கே ரயில்வேயில் தனியார் நிறுவனங்களும் உண்டு). ஒரு பிரபலமான விளம்பர கம்பெனியை அணுகி, என்ன செய்து, வாடிக்கையாளர்களை திரும்ப வரவழைக்கலாம் என்று யோசனை கேட்டார்கள்.

'எங்கள் அலுவலகத்துக்கு நாளை காலை 10 மணிக்கு வாருங்கள், அங்கே பேசலாம்' என்றார் விளம்பர நிறுவனத்தின் தலைமை அதிகாரி. மறுநாள், பிரிட்டிஷ் ரயில்வேயின் உயரதிகாரிகள் இருவர், குறிப்பிட்ட நேரத்துக்கு விளம்பர நிறுவனத்துக்குப் போனார்கள்.

வரவேற்பறையில் சிடுசிடுத்தார் ரிசப்ஷனிஸ்ட். 'இப்ப யாரையும் பார்க்க முடியாது. காத்திருங்கள்' என்றார். ஒரு மணிநேரம் ஆன பிறகு, எவரோ ஒருவர், அவர்களை வேண்டா வெறுப்பாக ஓர் அறைக்குள் அழைத்துப் போனார். அந்த அறை நாற்றம் அடித்தது. தரையெல்லாம் குப்பை. தவிர அங்கேயும் எவரும் அவர்களை கண்டுகொள்ளவில்லை. 'நாங்கள் இன்னாரைப் பார்க்க வந்திருக்கிறோம். அவர் தான் நேரம் கொடுத்து வரச்சொன்னார்' என்றார்கள். அதற்கென்ன என்பது போல பார்த்துவிட்டு பதில் சொல்லாமலே போனார்கள்.

'நாங்கள் யார் தெரியுமா?' என்று கத்தியதற்கும், பலன் இல்லை. எவரும் பொருட்படுத்தவேயில்லை. பொறுமையிழந்த பிரிட்டிஷ் ரயில்வே உயரதிகாரிகள், 'இதுதானா நீங்கள் நிறுவனம் நடத்தும் லட்சணம்! உங்களை நம்பி எப்படி எங்கள் வேலையை ஒப்படைப்பது?' என்று கிளம்ப முயற்சிக்க, அப்போது அந்த நிறுவனத்தின் தலைமை அதிகாரி வந்தார்.

'தொந்தரவுகளுக்கு மன்னிக்கவும். எங்கள் இடம் எப்போதும் இப்படி இருக்கவே இருக்காது. நாங்கள் எவரிடமும் இப்படி நடந்துகொள்ள மாட்டோம். கடந்த இரண்டு மணிநேரங்களாக நாங்கள் நடத்தியது முழுக்க உங்களுக்கான நாடகம்.

'நாடகமா! எதற்காக?'

'உங்கள் பிரிட்டிஷ் ரயில்வே வாடிக்கையாளர்களிடம் எப்படி நடந்துகொள்ளுகிறது என்பதை உங்களுக்கு உணர வைப்பதற்குத்தான். உங்களுக்குத் தேவை, விளம்பரம் அல்ல. வாடிக்கையாளரை சரியாக நடத்தும் அணுகுமுறைதான் என்பது இப்போது புரிந்திருக்குமே!'

திருப்தியான வாடிக்கையாளர் ஒருவரிடம் சொல்வார். அதிருப்தியானவர் பத்து பேரிடம் சொல்வார். ரெஃபரென்ஸ் என்பது இங்கே பெரிய உதவி.

புத்தகக் கடை அனுபவம்

ஒரு நடுத்தர வயதுக்காரரும் அவருடைய 18 வயது மகனும் ஒரு புத்தகக் கடைக்குள் போகிறார்கள். பெரிய புத்தகக் கடை. கவிதை, இலக்கியம், சரித்திரம், மேலாண்மை என்று பகுதி பகுதியாக பிரிக்கப்பட்டு, பெரிய பெரிய அலமாரித் தட்டுகளில் ஆயிரக்கணக்கான புத்தகங்கள் அடுக்கி வைக்கப்பட்டுள்ளன.

அவர் தனக்குத் தேவையான ஒரு குறிப்பிட்ட புத்தகத்தைத் தேடுகிறார். அது அங்கேயில்லை. அருகில் நின்று கொண்டிருந்த ஓர் ஊழியரைக் கேட்டார். அவர் அந்தப் புத்தகம் எந்தப் பகுதியில் இருக்கும் என்று கை காட்டினார்.

'அங்கே பார்த்துவிட்டேன். இல்லை.'

'பிறகென்ன?'

'அந்தப் புத்தகம் வேண்டும்.'

'வந்ததும் வந்து வாங்கிக் கொள்ளுங்கள்.'

தலையசைத்துவிட்டு, தேடி வந்த புத்தகம் கிடைக்கவில்லையே என்கிற வருத்தத்துடன் அவர் நகர, அடுத்த பகுதியில் இருந்த மற்றொரு ஊழியர் அவரிடம் நெருங்கி வந்தார்.

'என்ன சார்?'

'ஒரு புத்தகம் தேடி வந்தேன், கிடைக்கவில்லை.'

'என்ன புத்தகம் சார்.'

சொன்னார்.

'அப்படியா? அதோ அந்தப் பகுதியில் மூன்றாவது தட்டில்...'

'கரெக்ட். அங்கதான் பார்த்தேன், அந்தப் புத்தகம் இல்லை.'

'ஒரு ஐந்து நிமிடம் வெயிட் பண்ணமுடியுமா?. இந்த ஸ்டூலில் கொஞ்சம் உட்காருங்க சார். இதோ வந்திடறேன்'.

ஓடினார், பார்த்தார். வேறு இடங்களிலும் தேடினார். அந்தப் புத்தகத்துடன் ஓடி வந்தார்.

'அட! இருக்கிறதா?'

அதனைப் பெற்ற மகிழ்ச்சியில், அந்த வாடிக்கையாளர் இன்னொரு புத்தகத்தின் பெயரைச் சொல்லி, அதைத் தான் போன வாரமே தேடியதாகவும், கிடைக்கவில்லை எனவும் சொல்ல, அதுவும் வந்து சேர்ந்தது.

'உன் பெயர் என்னப்பா? உன் செல் நம்பர் சொல்லு. ஏதும் தேவைன்னா, போன் பண்ணலாமா?

கவனித்திருக்கலாம். வாடிக்கையாளர் எண்ணை விற்பனை யாளர் கேட்கவில்லை. விற்பனையாளர் எண்ணை, வாடிக்கை யாளர் கேட்கிறார். நம்மைத் தேட வைக்க முடியும், நாம் நடந்து கொள்ளும் விதத்தினால்.

காது கொடுங்கள்

'மதியம் மூன்று மணிக்கு வர முடியுமா?'

'என்றைக்கு சார்?'

'நாளைதான்.'

'நாளை! ஞாயிற்றுக்கிழமை.'

'ஆமாம், ஹோட்டல் சவேரா வந்திருங்க, அங்க லாபியில மீட் பண்ணலாம்.'

'ஓ.கே சார், வந்திடுறேன்.'

காப்பீடு, பரஸ்பர நிதிகள் போன்றவற்றை விற்பனை செய்யும் ஒரு நிதி நிறுவனத்தின் விற்பனையாளர் லியோ ஜாய். சரியாக மூன்று மணிக்கு அங்கே ஆஜர். சந்திக்கப்போன வாடிக்கை யாளர், ஒரு வடநாட்டுக்காரர். பைஜாமா, ஜிப்பாவுடன் மெதுவாக மூணே காலுக்கு வந்தார். லியோ வணக்கம் சொல்ல, அவர் தேனீருக்கு ஆர்டர் கொடுத்துவிட்டு, மெல்லப் பேச ஆரம்பித்தார்.

பேசினார். அவர் சொந்தக் கதை, குடும்பத்தின் கதை, சோகக்கதை. அவர்கள் குடும்பத்தை, அவருடைய சித்தப்பா குடும்பம் எப்படி ஏமாற்றியது, பாண்டே (அதுதான் அவர் பெயர்) எப்படி சிரமப்பட்டார் என்று பேச்சு போய்க்கொண்டே யிருந்தது.

அவர் சொல்லச் சொல்ல, லியோ மிகக் கவனமாக, அக்கறை யாகக் கேட்டார். மணி நாலு. மணி நாலரை. பாண்டேயின் பேச்சு தொடர்ந்தது. மணி ஐந்து. ஒரு வழியாக எல்லாம் சொல்லி முடித்தது போலிருந்தது.

திடீரென்று நினைவு வந்தவராக பாண்டே சொன்னார், 'சாரி, நான் என் சொந்தக் கதையெல்லாம் சொல்லி, உங்க ஞாயிற்றுக்கிழமை மூடை கெடுத்திட்டேனோ.'

‘சேச்சே, அதெல்லாம் இல்லை சார், சே! நீங்கதான் எவ்வளவு சிரமப்பட்டிருக்கீங்க.’

அதன்பிறகு ஒன்றிரெண்டு நிமிடங்களில், பாண்டே கேட்டார், ‘ஆமாம், நீங்கள் என்னவோ பேச வேண்டும் என்று வந்தீர்களே, அது என்ன?’

‘அது இருக்கட்டும் சார், நான் இன்னொரு நாள் வருகிறேன். இன்றைக்கு நீங்க ரொம்ப ஃபீலிங்குடன் இருக்கீங்க...’

‘அதெல்லாம் போயாச்சு. விடுங்க. சரி, நீங்க சொல்லுங்க என்ன விஷயம்?’

‘நீங்க பரஸ்பர நிதிகளில் கொஞ்சம் முதலீடு செய்யணும்’

‘எவ்வளவு ரூபாய்க்கு.’

‘அது எவ்வளவுன்னு முடிவு செய்யலாம். அதுக்கு முன்னாடி அது என்ன ஏது என்று ஒரு பத்து நிமிஷத்தில் சுருக்கமாகச் சொல்லிடுறேன் சார்.’

‘தேவையில்லை. எவ்வளவு அமௌண்ட்ன்னு சொல்லுங்க. எங்க கையெழுத்துப் போடணும்னு சொல்லுங்க, போதும்.’

படிப்பினை?

அவர்கள் சொல்வதை நாம் கேட்டால், நாம் சொல்வதை அவர்கள் கேட்பார்கள்.

‘கிடைச்சுதா சார்?’

சென்னை தியாகராய நகரில் உள்ள ஒரு ஹோட்டல். பயிற்சி வகுப்பு ஒன்றுக்காக போயிருந்தேன். காரை போர்டிகோவில் நிறுத்தினேன். வேலட் பார்க்கிங் முறை என்பதால், வண்டி சாவியைக் கொடுத்துவிட்டு, பணியாளர் கார் நம்பர் எழுதிக் கொடுத்த அட்டையை வாங்கிக் கொண்டு உள்ளே போய் விட்டேன்.

இரண்டு மணி நேரத்தில் என் அலுவலகத்தில் இருந்து செல்பேசியில் அழைப்பு. ‘உடனடியாக வரவேண்டும்’. கிளம்பி னேன். வாசலுக்கு வந்து, அட்டையைக் கொடுத்துவிட்டு காத் திருந்தேன். என் காரை, ஹோட்டல் ஓட்டுனர் ஒருவர் எடுத்து

வந்தார். இறங்கி கதவைத் திறந்து காரை எடுத்துக் கொள்ளச் சொன்னார்.

ஏறினேன், அமர்ந்தேன். காரில் விட்டுச் சென்றிருந்த புளூடூத் (ஹெட்போனை) தேடினேன். காணவில்லை. கிளம்புவதற்காக பக்கத்திலேயே நின்றிருந்த அந்த ஊழியர் என்ன தேடுகிறேன் எனும் விதமாகப் பார்க்க, 'இல்ல, வண்டியை விடும்போது, என் செல்போன் ஹெட்போனை வண்டியில விட்டுட்டுப் போனேன். இப்ப காணோம்.'

'தேடிப் பார்த்திடலாம் சார், என்ன கலர் சார்...'

'பரவாயில்லை, எனக்கு நேரமாகி விட்டது. அலுவலகம் போயாகணும்.' கிளம்பிப் போய்விட்டேன். போய் காரை நிறுத்தும்போது கவனித்தேன், அது சீட்டுக்கு அடியில் கிடந்தது.

அடுத்த நாள் காலை மீண்டும் அதே ஹோட்டலுக்கு வந்தேன். காரில் இருந்து இறங்கினேன். சாவியை கொடுக்க வேண்டும்.

'கிடைச்சுதா சார்?' என்ற குரல் கேட்டு நிமிர்ந்து பார்த்தேன். முன்தினம் வண்டியைக் கொண்டு வந்து விட்ட ஓட்டுனர்தான்.

'என்ன? எதைக் கேட்கிறீர்கள்?'

'உங்க ஹெட்போன் சார். இங்க விட்டபோது நேற்று காணோம்னு தேடினீங்களே.'

அந்த ஊழியரின் அக்கறை என் உள்ளத்தைத் தொட்டது. வாடிக்கையாளர்களை நினைவு வைத்துக் கொள்வது, அவர் களுடைய தகவல்களை நினைவு வைத்துக் கொள்வது, அது பற்றி விசாரிப்பது... அதன் பிறகு அந்த ஹோட்டலில் விரும்பி பல பயிற்சிகள் செய்தேன். அந்த ஓர் ஊழியரின் ஒரு நடவடிக்கை அந்த ஓட்டலுக்குக் கொடுத்த வியாபாரம்.

பரணில் ஏறு...

அவர் பெயர் ராஜேந்திரன். ஒரு தனியார் நிதி நிறுவனத்தில் முகவர் வேலை. டெபாசிட்டுகள் பிடிக்க வேண்டும். அதற்காக புதிய நபர்களை மட்டுமல்ல, ஏற்கெனவே டெபாசிட் போட்டிருந்தவர்களையும் சந்திக்க வேண்டும். அதற்கு அவர்கள் வீட்டிற்குப் போக வேண்டும். 'உங்கள் வைப்பு முதிர்வடை கிறது. தொடருங்கள்' என்று கேட்க வேண்டும்.

ராஜேந்திரன் போனது வடபழனியில் உள்ள ஒரு வீட்டுக்கு. கதவைத் தட்ட, ஒரு 60 வயது பெண்மணி திறந்தார். நீ யார் என்பது போல் இருந்தது அவர் பார்வை. 'என் பெயர் ராஜேந்திரன்...'

'ராஜேந்திரனா... வாவா...' முகத்தில் மலர்ச்சி.

ஏற்கெனவே தொலைபேசியில் தொடர்பு கொண்டு தகவல் சொல்வதால்தான் எவ்வளவு நன்மை என்று நினைத்தபடி, உள்ளே போனார் ராஜேந்திரன்.

ஹால் தாண்டி மேலும் உள் பக்கம் போனார் அந்தப் பெண்மணி. உடன் 'வாப்பா...' அடுப்பங்கரை மேல் விதானத்தைக் காட்டி, இந்த பல்பு பியூஸ் போயிடுச்சு. கொஞ்சம் மாற்றிவிடு.' கையோடு மாட்டுவதற்கு புது டியூப் லைட் ஒன்றையும் கொடுத்தார்.

'பாவம், வயதானவர். உடன் யாருமில்லை போல. இதிலென்ன இருக்கிறது. ராஜேந்திரன் பியூஸ் போன பல்பை கழற்றி விட்டு புதியதை மாற்றினார். கையைக் கழுவிக் கொண்டு, ஹாலுக்குப் போய் உட்கார்ந்து, 'டெபாசிட் ரினிவல்' பற்றிக் கேட்கலாம் என்று ராஜேந்திரன் நினைக்கும்போது, பெண்மணி சொன்னார். 'அதோ அங்க குதிரை (உயரமான ஸ்டூலை அப்படித்தான் சொல்வார்கள்) இருக்கு பார். அதைப் போட்டு ஏறி, பரணில் இருந்து ஒரு பாத்திரம் எடுக்கணும். எடுத்துத் தரமுடியுமா?'

நேரம் ஆகிறதே என்கிற எண்ணம் சிறிது வந்தாலும், 'சரி இவர் நமது வாடிக்கையாளர். அதிலும் பெண்மணி. வயதானவராக வும் இருக்கிறார். செய்து விடலாம்' என்று முடிவு செய்து, ஏறி, எடுத்துக் கொடுத்துவிட்டு ஹாலுக்குப் போய் விட்டார். பின்னாலேயே வந்த வீட்டுக்கார அம்மாள் கேட்டார்...

'எவ்வளவு தரணும்?'

'எதற்கு?'

'பல்பு மாட்டியதற்கு.'

'சேச்சே அதெல்லாம் ஒண்ணும் வேண்டாம்மா. நான் வந்த விஷயம்...'

‘வந்த விஷயமா? அது என்ன? எலெக்ட்ரிஷியன் ராஜேந் திரன்தானே நீ.’

‘நான் ராஜேந்திரன் தான். ஆனா, எலெக்ட்ரிஷியன் இல்ல...’

‘அய்யய்யோ, சாரிப்பா மன்னிச்சுக்கோ...’

அந்த டெபாசிட்டை 5 ஆண்டுகளுக்கு நீடித்தது மட்டுமல்ல, மேலும் லட்ச ரூபாய்க்கு புதிய டெபாசிட்டும் போட்டுக் கொடுத்தார். கூடவே ‘தங்கமான பையனாக இருக்கியே’ என்கிற சர்டிபிகேட்டும் கொடுத்தார்.

நல்ல மனிதர்கள், மனிதர்களை மதிக்கும் நேசிக்கும் மனிதர்கள் விற்பனையில் பெரியவெற்றி பெறுகிறார்கள்.

கண்டுபிடிச்சேன்... கண்டுபிடிச்சேன்...

ஒரு ஃபைனான்ஸ் நிறுவனத்தில் மணிமேகலை என்று ஒரு மேலாளர். கிளையின் செயல்பாடுகளுக்கு அவர்தான் பொறுப்பு. பைனான்ஸ் நிறுவனத்தில் செயல்பாடு என்றால் அது டெபாசிட் பிடிப்பதுதானே.

ஒருமுறை அவரது அலுவலகத்தில் உள்ள (பாதுகாப்புப் பெட்டகத்தில் (சேஃப்டி லாக்கர்) உள்ள நகைகளை எடுக்க ஒரு குடும்பம் வருகிறது. இரண்டு அம்மாக்கள், உடன் 4 வயது சிறுவன். சிறுவனை நகை எடுக்கும் இடத்துக்கு அழைத்துப் போக வேண்டாமே என்று நினைத்து, மேலாளரிடம், ‘நீங்கள் கொஞ்சம் பார்த்துக் கொள்ள முடியுமா?’ என்று கேட்டுவிட்டு அங்கேயே விட்டுச் சென்றிருக்கிறார்கள்.

பையன் கையில் ஒரு ரூபாய் நாணயம் ஒன்றை வைத்திருந் திருக்கிறான். சற்று நேரம் போனது. விளையாட்டாக அவன் அந்தக் காசை வாயில் போட முயற்சித்தபோது கவனித்து விட்டார் மணிமேகலை. கூடாது என்றால் சிறுவன் கேட்கவில்லை. யோசித்தார். தனது கைப் பையைத் திறந்து பேனா எடுத்துக் கொடுத்துவிட்டு காசைக் கேட்டார். ‘மாத்தேன்’ என்றான் தெளிவாக. பயல் கெட்டிதான் என்று நினைத்துக் கொண்டு தன் கைப்பையைத் திறந்து அதிலிருந்தே ஒரு பத்து ரூபாய் நோட்டை அவன் கையில் கொடுத்து விட்டு, நாணயத்தை வாங்கிக் கொண்டுவிட்டார்.

கையில் 10 ரூபாய் வந்ததும் பிள்ளை அம்மாவிடம் ஓடியது. பின்பு அம்மாவுடன் வந்தது. அம்மா சொல்ல, ரூபாய் நோட்டை திருப்பித் தந்தது. மணிமேகலை வாங்கவில்லை. 'உன் உண்டியலில் போட்டுக்க' என்றார். 'உண்டியலா?' என்றான் அவன்.

அவன் எப்படிச் சேமிக்கலாம் என்று பொறுமையாக விளக்கினார் மணிமேகலை. கவனமாகக் கேட்டுக் கொண்டது சிறுவனின் அம்மாதான் என்று மறுநாள்தான் தெரிந்தது. காரணம், அந்தச் சிறுவன் பெயரில் லட்ச ரூபாய்க்கு ஒரு நீண்டகால (சேமிப்பு) டெபாசிட் போட வந்தார் அந்தப் பெண்மணி.

நிஜமான அக்கறை, மனிதர்களைச் சம்பாதிக்கும். விற்பனை தானாக நடக்கும். துரத்த வேண்டியதில்லை.

ஓபராய் சொல்கிறார்

ஓபராய் ஹோட்டல் பற்றி தெரிந்திருக்கும். உலகின் மிகச் சிறந்த நட்சத்திர ஹோட்டல் தொடர்களுள் (Chain of Hotels) ஒன்றுதான் ஓபராய். அதற்கு 2008ல் சிறந்த ஹோட்டல் என்பதற்கான விருது வழங்கப்பட்டது. அப்போது விருது வாங்கிய அதன் தலைவர் கொடுத்த பேட்டியில் கூறியது, 'நான் என் ஊழியர்களிடம் நீங்கள் முக்கியத்துவம் கொடுக்க வேண்டியவை என்று மூன்று விஷயங்களைப் பற்றிச் சொல்வேன். அந்த மூன்று முக்கியமானவை,

- ★ வாடிக்கையாளர்
- ★ நிறுவனம்
- ★ நாம்

இந்த வரிசைப்படிதான் நீங்கள் முக்கியத்துவம் கொடுக்க வேண்டும்' என்றார்.

மாபெரும் வெற்றி பெற்றிருக்கும் நிறுவனத்தின் தலைவர் தெரிவிக்கும் ரகசியத்தில் முதலில் வருவது, தங்கள் நிறுவனம் பற்றி ஊழியர்கள் எடுக்கவேண்டிய அக்கறை என்பதல்ல. முதலில் வாடிக்கையாளர்கள்தானாம். நிறுவனம் அடுத்துதான். மூன்றாவதாகத்தான் தன் நலம். வாடிக்கையாளரைச் சரியாக

கவனித்துக் கொண்டால், அவரைத் திருப்திப்படுத்தினால், தன்னால் நிறுவனமும், அதன் மூலம் இயல்பாக ஊழியர்களும் மேன்மையுறலாம் என்பதுதான் ஓபராய் சொல்லும் வெற்றி ரகசியம்.

அக்கறை மனிதர்கள்

கடைக்குப் போகிறோம். பொருள் கேட்கிறோம். கடைக்காரர் ஒரு பையில் போட்டுத் தருகிறார். கை நீட்டி வாங்கும்போது, பொருள் கனம் தாங்காமல், பையின் காது சற்று நீள்கிறது. உடனே அதை திரும்ப எடுத்துக் கொண்ட கடைக்காரர், மற்றொரு வலுவான பெரிய பையில் போட்டுத் தருகிறார். என்ன நினைப்பு வரும்? இவருக்கு அக்கறை அதிகம் என்றுதானே.

வாடிக்கையாளர் வாங்கிச் செல்வது பயன்பட வேண்டும், கெட்டுவிடக் கூடாது. அவர் நலன் முக்கியம் என்பதை வாய் வார்த்தைகளில் மட்டுமல்ல, செயல்களில் காட்டும் விற்பனை யாளர்களை, வாடிக்கையாளர்கள் விடமாட்டார்கள்.

வாடிக்கையாளர் கவனிக்கத் தவறிவிட்டதை எடுத்துச் சொல்லி, அவர் நட்டதைத் தவிர்த்தால், அது நமக்கு லாபமாக இருந்தாலும், அப்படிச் செய்ய நம் நம்பகத்தன்மை அவரிடம் அதிகரிக்கும். அது வலுவான பாலம் அமைக்கும். அவருக்காக கூடுதல் உழைப்பு, மெனக்கெடல், காத்திருப்பு, எந்த நேரத்திலும் எந்த சிரமமான இடத்திலும் போய்ப் பார்த்தல், சாதாரண அலுப்பேற்படுத்துகிற வேலைகளையும் தயங்காமல் செய்தல், அவர்களிடம் நம்பிக்கை காட்டுதல், நம் தவறுகளை ஒப்புக் கொள்ளுதல் போன்றவை, வாடிக்கையாளர்கள் மனதில் தாக்கம் ஏற்படுத்தும்.

'நம் தேவைக்காக, வருமானத்துக்காக எதையோ அவர் தலையில் கட்டப் பார்க்கிறார். ஜாக்கிரதையாக இருக்க வேண்டும்' என்கிற தற்காப்பு உணர்வு போய் விடும். அவர் மனக்கதவுகள் நமக்காக விசாலமாக திறக்கப்படும்.

7

வேலை வாய்ப்புகள்

புதுப்புது முகங்கள்

விற்பனை வேலையில் தினசரி குறிப்பிட்ட சில நபர்களை மட்டுமே பார்த்துக் கொண்டிருக்க வேண்டியதில்லை. வேறு எந்த அலுவலக வேலையானாலும், உடன் பணிபுரியும் சிலருடன்தான் தொடர்பு, பேச்சு, உறவுகள். ஆண்டுக் கணக்கில் அதில் ஒன்றும் தவறில்லைதான். ஆனால் சிலருக்கு அப்படி இருப்பது பிடிக்காது, போரடித்துவிடும்.

இயல்பிலேயே சிலர் புதிய விஷயங்களைத் தேடுபவர்களாக சிலர் இருப்பார்கள். அவர்களால் புதியவர்களுடன் சுலபமாகப் பேச முடியும். பார்க்கிற எவருடனும் சீக்கிரமே நெருக்கமாகவும் கலகலப்பாகவும் பேச முடியும். அப்படிப்பட்டவர்களுக்கு விற்பனை வேலைதான் சரி. தினம் தினம் புதிய முகங்களைப் பார்க்கலாம்.

சாதனை செய்

பல்வேறு விதமான மனிதர்களைச் சந்திப்பதற்கு வாய்ப்புத் தருவது மட்டுமல்ல, பல பெரிய சாதனைகளை செய்யவும் இத்துறை வாய்ப்பளிக்கும். பல்வேறு வேலைகளிலும் குழு என்பார்கள். குழுக்கள் தவறில்லை. ஆனால் மற்றவர்களைக் காட்டிலும் கூடுதலாகச் செய்து காட்டுபவர்களுக்கு பெரும்பாலும் அங்கீகாரம் இல்லாமல் போகும்.

கிரிக்கெட் பந்தயத்தில் ஓர் அணி வெற்றி பெறும், மற்றொரு அணி தோற்றுப் போகும். வெற்றி பெற்ற அணியோ, தோற்ற அணியோ இரண்டிலும் பெரிதாகப் பங்களித்தவர்கள் யார் என்று தெரிந்து விடும். எந்த பேட்ஸ்மென் அதிக ஓட்டமெடுத்தார்? எந்தப் பந்துவீச்சாளர் அதிக விக்கெட்டுகள் எடுத்தார்? அவருடைய தனிப்பட்ட சாதனைகளுக்கும் மதிப்புண்டு. பாராட்டுகள் பரிசுகள் உண்டு.

விற்பனை வேலையிலும் ஒரு தனி நபரின் திறமை அப்படியே வெளியே தெரியும். அவற்றைப் போலவே வேலை சரியாக இல்லாவிட்டாலும் தெரியும். யார் லாயக்கு, யார் லாயக்கற்றவர் என்பது வெளிப்படையாகவே தெரியும்.

வேறு எந்த வேலையிலும், பள்ளிகளில் மார்க் ஷீட் கொடுப்பது போல, இந்த வாரம் இவ்வளவு, இந்த மாதம் இவ்வளவு, மற்றவர்களுடன் ஒப்பிட்டால் இவ்வளவு என்றெல்லாம் குறிப்பிட்டு தெரிவிக்க மாட்டார்கள். ஆனால் சேல்ஸ் வேலை யில் எது செய்தாலும் அது குறித்துக் கொள்ளப்படும். ஒப்பிடப் படும். இதனால் அடுத்தவரை விட கூடுதலாகவோ சிலரது சாதனைகளை முறியடிக்க வேண்டும் என்றோ வேகமாகச் செயல்படத் தோன்றும்.

மேலதிகாரியை விட அதிக வருமானம்

எல்.ஐ.சி. நிறுவனத்தில் பல டெவலப்மெண்ட் ஆபீசர்களின் மாத-ஆண்டு வருமானங்கள், அவர்கள் ரிப்போர்ட் செய்யும் கிளை மேலாளர்களைவிட மட்டுமல்ல, சில இடங்களில் டிவிஷனல் மேலாளர்களை விடவும் அதிகமிருக்கும். அவர்கள் பயன்படுத்துகிற கார், அவர்கள் குடியிருக்கும் வீடுகளைப் பார்த்தால், இது அல்லவா உழைப்புக்குக் கிடைத்த உண்மை யான வெகுமதி என்று நினைக்கத் தோன்றும்.

'முகவர்' என்று ஆரம்பத்தில் பத்தோடு பதினொன்றாகத்தான் இருப்பார்கள். மராத்தான் ஓட்டப் பந்தயங்களில், கலந்து கொள்பவர்கள் போல பெரிய கும்பலாக இருக்கும். போட்டி தொடங்கி, ஓட ஆரம்பித்ததும் கூட பெரிய வேறுபாடு தெரி யாது.போகப் போக, சிலர் மட்டுமே தொடர்ந்து ஓடுவார்கள். நூற்றில், ஆயிரத்தில் ஒருவராக வெற்றி பெறுவார்கள். அப்படி வெற்று பெறுபவர்கள்தான் டெவலப்மெண்ட் ஆபீசர்கள்.

எல்.ஐ.சி.யில் மட்டுமல்ல, மற்ற காப்பீடு நிறுவனங்களில் மட்டுமல்ல, பெரும்பாலான நிறுவனங்களிலும் நிலைமை இதேதான். நிறுவனத்தில் பணிபுரியும் பல்வேறு ஊழியர்களைக் காட்டிலும், சிறந்த விற்பனையாளர்கள் பல மடங்கு கூடுதல் வருமானம் (ஊதியம் + ஊக்கத் தொகை அல்லது கமிஷன்) பார்ப்பார்கள். பணம் மட்டுமா?

மதிப்பு சாமியோய்...

பெப்சி, உலக அளவில் இருநூறுக்கும் மேற்பட்ட நாடுகளில் விற்பனை செய்து வருகிறது. இந்த இருநூறு தேசங்களில் இருந்தும், ஆண்டுக்கு நான்கே நபர்கள் அமெரிக்காவில் உள்ள தலைமையகத்துக்கு அழைக்கப்படுவார்கள். தங்கள் துணையும் அவர்கள் உடன் அழைத்து வரவேண்டும். விமானப் பயணம், தங்கும் வசதி (மிகப் பிரும்மாண்டமான நட்சத்திர ஹோட்டல்கள்) ஊர் சுற்றிக் காட்டும் சுற்றுலா என்பதெல்லாம் தவிர, அங்கு நடைபெறும் முக்கிய நிகழ்ச்சியில், நிறுவனத்தின் தலைவர் பாராட்டி அவர்களுக்கு சபை நடுவில் மோதிரம் அணிவிப்பார். ரிங் ஆஃப் ஹானர் என்பது அதன் பெயர் (மரியாதை மோதிரம்).

அதை வாங்க ஆயிரத்துக்கும் அதிகமான விற்பனையாளர்கள் கடுமையாக உழைப்பதை நான் நேரில் பார்த்திருக்கிறேன். அதனை பெப்சி நிறுவனத்தில் மிகப் பெரிய கௌரவமாகப் பார்ப்பார்கள்.

இப்படிப் பல்வேறு நிறுவனங்களிலும் விற்பனையாளர்களுக்கு தனிமதிப்புதான். கூடுதல் வாய்ப்புகள்தான்.

அவ்வப்போது அறிவிக்கப்படும் விற்பனைப் போட்டிகளில் வெற்றி பெற்று, மலேசியா, சிங்கப்பூர், துபாய், அமெரிக்கா, ஐரோப்பா, ஜப்பான் போன்ற இடங்களுக்கு நிறுவனத்தின் சார்பாக போய்வருவது ஒரு விற்பனையாளருக்கு மட்டுமே சாத்தியம். வேறு எவருக்கும் தரப்படாத வாய்ப்பு இது.

நிறுவனத்திலேயே மிக அதிகமாக விற்பனை செய்பவர்களை, நிர்வாகத்தில் உள்ள அனைவருக்குமே தெரியும். முக்கியத்துவம் கொடுப்பார்கள். வேலை செய்கிற இடத்தில் நல்ல சம்பளம், நல்ல கௌரவம் என்பது எத்தனை பெரிய கொடுப்பினை!

எல்.ஐ.சி.யில் எந்தப் படிப்பு படித்தவரும் முகவராகச் சேரலாம். ஆண்டு ஒன்றுக்கு (ஏப்ரல் முதல் மார்ச் வரை) 45 நபர்களை பாலிசி எடுக்க வைக்க வேண்டும். அந்த பாலிசிகளின் மொத்த அஷ்யூர்டு மதிப்பு ரூ.15 லட்சம் இருந்தால் போதும். இப்படியாக இரண்டே ஆண்டுகள் செய்து முடிக்க, அவர் 'டிஸ்டிங்கிஷ்டு ஏஜெண்ட்ஸ் கிளப்' அங்கத்தினர் என்கிற நிலையை அடைந்து விடுவார்.

இதேபோல, குறிப்பிட்ட அளவீடுகளை எட்ட, அடுத்து அவர், 'பிராஞ்ச் மேனேஜர்ஸ் கிளப்' அங்கத்தினர். அதைவிடக் கூடுதலாக விற்பனை செய்ய 'டிவிஷனல் மேனேஜர்ஸ் கிளப்', பின்பு 'சோனல் மேனேஜர்ஸ் கிளப்'... இறுதியாக, 'சேர்மென்ஸ் கிளப்' அங்கத்தினராகவும் ஆகிவிடுகிறார்.

தினப்படி அவுட்டிங் அலவன்ஸ், வண்டிகள், கார்கள் வாங்க, வீடு கட்ட சலுகை, கடன்கள், கம்ப்யூட்டர், தொலைபேசி வசதிகள் என்று ஒவ்வொரு நிலையை அடையும்போதும், அதற்குண்டான சலுகைகள் வந்துகொண்டேயிருக்கும். அதே போல அதிகாரங்களும் நிலைக்கு நிலை அதிகரிக்கும்.

எல்.ஐ.சி. ஓர் உதாரணம்தான். எல்லா நிறுவனங்களிலும் இதுபோன்ற சலுகைகள் இருக்கும். எல்லாம் விற்பனையின் அளவைப் பொறுத்தது. எவ்வளவு விற்பனை என்பது, நம் திறமை மற்றும் ஆற்றலைப் பொறுத்தது. ஆக, நாம் எவ்வளவு சம்பாதிக்க வேண்டும் என்பதை நாமே தீர்மானிக்கலாம். இதற்கு சேல்ஸ் வேலைதான் மிகவும் பொருத்தமானது.

பணம் காய்ச்சி மரங்கள்

ஒரு மாமரம் வைத்தால் எவ்வளவு விளைச்சல் கிடைக்கும்? ஓர் ஆண்டுக்கு சுமார் 2000 காய்கள் என்று வைத்துக் கொள்வோம். மரத்தின் ஆயுள் வரை, ஆண்டுக்கு ஆண்டு, இரண்டாயிரம் இரண்டாயிரம் காய்களாகக் காய்த்துத் தள்ளுமல்லவா!

ஆற்றில் தண்ணீர் போகிறது அல்லது பக்கத்தில் கால்வாய் ஓடுகிறது. அங்கிருந்து தண்ணீரை நம் நிலத்துக்கு வருமாறு வெட்டி விடுகிறோம். எவ்வளவு நேரம் தண்ணீர் வரும்? எப்போதெல்லாம் ஆற்றிலோ, காய்வாயிலோ தண்ணீர் ஓடி னாலும் நமக்கு வரத்துதானே.

உழைப்பு ஒருமுறை. அது சீரிய உழைப்பு. பலன்? பல ஆண்டு களுக்கு. பல விற்பனையாளர்கள் வேலை அப்படிப்பட்டது தான். நம்மிடம் தொடர்புகொண்டு ஒருவர் ஒரு வியாபாரத்துக்கு வழிவகுத்தால், அது தொடர்ச்சியாக வருகிற ஒரு வியாபார பந்தம் என்று எண்ணிக்கொள்ளலாம்.

விற்பனை அளவு அதிகரிக்க, அதிகரிக்க, விற்பனையாளரின் அந்த மாத வருமானம் கூடும். 'இன்செண்டிவ்' என்பார்கள். அல்லது 'கமிஷன்' அல்லது 'வேரியபிள் பே'. ஏதாவது ஒரு பெயரில் நம் கணக்கில் வரவாகும். அது மட்டுமல்ல, அடுத்த மாதம் நாம் வேறு ஒருவரிடம் விற்பனையைத் தொடர்ந்தால் இரட்டிப்பு வருமானம். சீட்டுகள் பிடித்தல், காப்பீடு கட்ட வைத்தல், பங்குதர நிறுவனங்களில் வர்த்தகக் கணக்கு திறக்க வைத்தல், வங்கிகளில் / அஞ்சலகங்களில் தொடர் வைப்புக் கணக்குகள் திறக்க வைத்தல், புதியதாக கடைகளில் வியாபாரத் தினை தொடங்கி வைத்தல் எல்லாம் தொடர்ந்து நிறுவனத்துக் கும் நமக்கும் வருமானம் தரக்கூடியவை. மேலும் பெரிய மனிதர்களின் தொடர்பும் கிடைக்கும். எவரையும் சந்திக்கலாம். நிறுவனத்தின அனுமதியோடு. பல முக்கியஸ்தர்களின் தொடர்பு களை உருவாக்கித் தரும் வேலையிது.

வேலை பாதுகாப்பு?

'இவையெல்லாம் சரிதான். நன்றாகத்தான் இருக்கிறது.. ஆனாலும்..' என்று இழுப்பவர்கள் உண்டு. என்ன அந்த 'ஆனால்?'. 'எல்லா நேரமும் ஒன்றுபோல இருக்காதே. மற்றவர் களைப் போல, வியாபாரம் நடந்தாலும் நடக்காவிட்டாலும், மாதம் பிறந்தால் சம்பளம் என்கிற நிலை நமக்கு மட்டும் கிடையாதே! வியாபாரம் குறைந்தால், நாட்டில் பணப் புழக்கம் குறைந்தால், நமக்குச் சிரமமாயிற்றே, ஏன் இவ்வளவு பேர்? என்று நிறுவனத்தின் செலவினைக் குறைக்க முதலில் நம் பக்கம்தானே கை நீட்டுவார்கள்!'

அடடா! 'மருந்தைக் குடிக்கும்போது குரங்கை நினைக்காதே' என்பார்கள். நம்மால் கூடுதலாகச் செய்ய முடியும், நமக்கு அந்தத் திறமை இருக்கிறது என்பதால்தானே இந்த வேலையைத் தேர்வு செய்துள்ளோம். கப்பல்கள் கரையில் பத்திரமாகத்தான் இருக்கும். ஆனால் அவை அதற்காகவா உருவாக்கப்படுகிறது? கப்பல்கள் என்றால் கடலில் இறங்கத்தான் வேண்டும்.

எப்போதாவது வரக்கூடிய புயல்களையும் அவை சமாளிக்கும். கவலை வேண்டாம்.

உங்கள் ஆசை எவ்வளவு?

எங்கள் நிறுவனத்தில் பணிபுரியும் விற்பனையாளர்களுக்கு பயிற்சி வகுப்புகள் எடுக்கும்போது, அதிலும் தொடக்க நிலையில் இருக்கும் விற்பனையாளர்களிடம் நான் ஒரு கேள்வி கேட்பதுண்டு.

'நீங்கள் என்ன வண்டி வாங்க விரும்புகிறீர்கள்?'

ஆளுக்கு ஒரு பதில் சொல்வார்கள். 'டி.வி.எஸ்.50', 'பஜாஜ் எம்.80', 'ஹீரோ ஹோண்டா'... 'அவ்வளவுதானா நீங்க?' என்று மீண்டும் மீண்டும் கேட்பேன்.

அறையில் சகஜ நிலை நிலவும். யாரோ ஒருவர் சொல்வார், 'மாருதி கார்'. அட, யார் அது என்பது போல பலரும் அவரை திரும்பிப் பார்ப்பார்கள். 'வெரிகுட் என்று நான் அவரைப் பாராட்ட, மற்றொருவர் தைரியமாகச் சொல்வார், 'பலினோ கார். பின்பு இன்னொரு குரல் கேட்கும், 'ஹோண்டா சிட்டி'. அப்போது பலரும் சத்தமாகச் சிரித்துக் கூட விடுவார்கள். சும்மாயிருந்தவர்கள் அல்லது இரு சக்கர வாகனம் வாங்க வேண்டும் என்று சொன்னவர்கள்தான் சிரிப்பார்கள். அவர்கள் சிரிப்பின் பொருள் என்ன?

'வாங்குகிற சம்பளம் ஏழாயிரம், எட்டாயிரம் ரூபாயாம். இதில் இவர் வாங்க ஆசைப்படுவது பத்து லட்ச ரூபாய் பலினோவாம், ஹோண்டா சிட்டி காராம்'.

ஆனால் பின்னால் வெற்றி பெறுபவர்கள் யார் தெரியுமா?கார் என்று சொன்னவர்கள்தான். கார் மட்டுமல்ல, பெரிய வீடு வாங்க வேண்டும், பிள்ளைகளைப் பெரிய படிப்பு படிக்க வைக்க வேண்டும் என்பது போல பெரிய பெரிய ஆசைகள் இருப்பவர்கள்தான் விற்பனை வேலையில் ஜெயிக்கிறார்கள், ஜொலிக்கிறார்கள்.

அவர்கள் கனவு பலிக்கவேண்டும் என்பதற்காக விடாமல் உழைக்கிறார்கள். வெறும் உடலுழைப்பு அல்ல, சிந்தித்து, செயல்படும் புத்திசாலித்தனமான, சாமர்த்தியமான உழைப்பு.

கார் மட்டுமல்ல, மற்ற வசதிகளையும் அடைகிறார்கள். தங்கள் மனைவி பிள்ளைகளையும் சிறப்பாக வாழச் செய்து, சமுதாயத்தில் மதிப்போடு வாழ்கிறார்கள்.

சுயபரிசோதனை கேள்விகள் (ஆசிட் டெஸ்ட்)

நாம் சிறந்த விற்பனையாளரா என்பதை நாம் செய்யும் விற்பனை எண்ணிக்கை மற்றும் தொகையை ஒப்பிட்டு முடிவு செய்யலாம். நாம் சிறந்த விற்பனையாளர் என்றால், கீழ்க்கண்ட கேள்வி களுக்கு நம்மிடம் இருந்து எப்படிப்பட்ட பதில்கள் வர வேண்டும்.

1. நீண்டகாலமாக விடாமல் நம் தொடர்பில் இருக்கும் வாடிக்கையாளர்களின் எண்ணிக்கை எவ்வளவு?

2. எத்தனை வாடிக்கையாளர்கள், நம் சேவைக்காக, நாம்தான் வேண்டும் என்று நம்மைத் தேட, நமக்காக காத்திருக்க, சற்றுக் கூடுதலாக செலவானாலும் பரவாயில்லை என்று இருக்கிறார்கள்.

3. எத்தனை வாடிக்கையாளர்கள் நம் சேவை குறித்து மகிழ்ந்து பரிசுகள், பாராட்டுகள் தந்திருக்கிறார்கள்? நம் மேலாளரிடம் நம்மைப் பற்றி சொல்லியிருக்கிறார்கள், எழுதியிருக்கி றார்கள்?

4. எத்தனை வாடிக்கையாளர்கள், அவர்கள் நண்பர்களை, நம்மிடம் நல்ல சேவைக்காக பரிந்துரைத்திருக்கிறார்கள்? அனுப்பியிருக்கிறார்கள்?

5. எத்தனை வாடிக்கையாளர்கள், அவர்களுடைய வீட்டு நிகழ்ச்சிகளுக்கு நம்மை விருந்தினராக அழைத்திருக்கி றார்கள்?

6. நம் பரிந்துரைகள்/ஆலோசனைகளுக்காகவே காத்திருப் போர் எத்தனை பேர்?

நல்ல விற்பனையாளருக்கான பத்து கட்டளைகள்:

புத்தகம் முழுவதும் தெரிவித்ததை சுருக்கமாக, நினைவில் வைத்துகொள்ளும் வண்ணம், பின்பற்றத்தக்க கட்டளைகளாக எப்படிச் சொல்லலாம்?

மலர்ச்சியாக இரு	உள்ளத்திலும் முகத்திலும் மகிழ்ச்சி, உடைகள் சுத்தம், நேர்த்தி, வார்த்தை -நடவடிக்கைகளில் உற்சாகம் குறையாமலிருப்பது
தேடிக்கொண்டேயிரு	எவ்வளவு வெற்றிகள் பெற்றாலும், எவ்வளவு உயரம் போன பிறகும், புதிய வாவாக்கள் (பிராஸ்பெக்டஸ்) தேடுவதை நிறுத்தாதது
தொடர்பு கொள்	முயன்று முடிவெடுக்கக்கூடிய சரியானவர்களை விற்பனைக்காக தொடர்பு கொள்வது
புரிந்து கொள்	தேவை என்ன, சூழ்நிலை என்ன? எது விற்பனையை முடித்து வைக்கும் என்பதைப் புரிந்து கொள்வது
தெளிவுபடுத்து	எது சரியானதோ, பயனளிக்கும் தகவலோ அதை ஏதுவான முறையில் தெரிவிப்பது
அயராதே	அலட்சியம் மற்றும் மறுப்பு கண்டு அயராதிருத்தல். மனம் தளராது முயற்சித்தல்
தொடர்ந்து கேள்	வெவ்வேறு விதங்களாக, விடாமல் விண்ணப்பித்தல்.
நேரத்தே முடி	சரியான நேரத்தை, சந்தர்ப்பத்தை கண்டுணர்ந்து, விற்பனையை முடித்தல்.
தொடர்பில் இரு	விற்ற பின்னும், தொடர்பு கொள்ளுதல், மரியாதை, முக்கியத்துவம், தகவல் கொடுத்தல்.
தொடர்ந்து பயில்	தன் நிறுவனம், பொருள்கள் மற்றும் போட்டியாளர்கள் சேவை, தொழில் நுட்பம், விலைகள், வரக்கூடிய மாறுதல்கள் முதலியவற்றைத் தொடர்ந்து பயில்வது.

விற்பனையில் மாபெரும் சாதனைகள் செய்து, மகிழ்வோடு வாழ வாழ்த்துகள்.

★★★

பின்னிணைப்புகள்

_படிவங்கள்_

படிவம் # 1

நபர்கள்	மேல்விவரம்	நபர்கள்	மேல்விவரம்

வாராந்திர சந்திப்பு திட்டம்

திங்கள் *10.8.2009*			செவ்வாய் *11.8.2009*			புதன் *12.8.2009*		
நபர்	இடம்	நேரம்	நபர்	இடம்	நேரம்	நபர்	இடம்	நேரம்
ராமன்	20A, புதுத் தெரு, சிதம்பரம்.							

வியாழன் *13.8.2009*			வெள்ளி *14.8.2009*			சனி *15.8.2009*		
நபர்	இடம்	நேரம்	நபர்	இடம்	நேரம்	நபர்	இடம்	நேரம்

படிவம் # 3

எனக்குத் தெரிந்த 50 பேர் (மை 50)

(அ) உறவினர்கள் வட்டத்தில்

1	6
2	7
3	8
4	9
5	10

(ஆ) குடியிருக்கும் வீட்டருகில்

1	6
2	7
3	8
4	9
5	10

(இ) வேலை செய்யும் இடத்தில்

1	6
2	7
3	8
4	9
5	10

(ஈ) நட்பு வட்டத்தில்

1	6
2	7
3	8
4	9
5	10

(உ) மற்ற இடங்களில்

1	6
2	7
3	8
4	9
5	10

படிவம் # 4

வாடிக்கையாளர் தகவல் தாள்

வாடிக்கையாளர் திரு/திருமதி...

வயது	பிறந்த தேதி மற்றும் மாதம்	
முகவரி	கைபேசி எண்	தொலைபேசி எண்
சொந்த ஊர்	வசிப்பது	

வேலை / தொழில்
படிப்பு பள்ளி கல்லூரி
விருப்பமான நடவடிக்கைகள் / பொழுதுபோக்குகள் / ஆர்வம் உள்ள விஷயங்கள்
குடும்பம் திருமண நாள் மனைவி / கணவன் பெயர் படிப்பு ஆர்வம் குழந்தை *(1)* குழந்தை *(2)*
முன்பு வேலை பார்த்த இடங்கள்/நிறுவனங்கள் என்னவாக இருந்தார்? சாதனைகள்...
ஆர்வங்கள் அரசியல் விளையாட்டுகள் மதம் கலை, இலக்கியம் அல்லது மற்றவை

உடல் நலனில் ஏதும் முக்கியமாக... *பழக்கங்கள் (மது, புகையிலை)*		
வீடு	**சொந்தம் / வாடகை**	
வண்டிகள்	என்ன வண்டி?	சொந்தம், கடன்?

குறிப்புகளுக்காக

www.ingramcontent.com/pod-product-compliance
Lightning Source LLC
La Vergne TN
LVHW060453051026
849518LV00002B/753